மரக்கட்டை மாமியார் முதலிய கதைகள்

அ.கா. பெருமாள்

பரிசல்

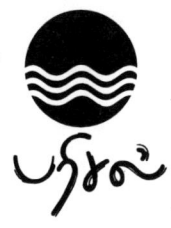

மரக்கட்டை மாமியார் முதலிய கதைகள் ✶ அ.கா. பெருமாள் ✶ அ.கா. பெருமாள்© ✶ பரிசல் முதல் பதிப்பு: 2024 ✶ பக்கங்கள்: 000 ✶ வெளியீடு: பரிசல் புத்தக நிலையம், 235, P. பிளாக் MGR முதல் தெரு, MMDA காலனி, அரும்பாக்கம், சென்னை – 600 106. பேச: 9382853646, 8825767500 மின்னஞ்சல்: parisalbooks2021@gmail.com ✶ அச்சாக்கம்: தி பிரிண்ட் பார்க், சென்னை – 600 117.

Marakkattai Mamiyar Muthaliya Kathaihal ✶ A.K. Perumal ✶ A.K. Perumal© ✶ Parisal First Edition: 2024 ✶ Pages: 000 ✶ Published by Parisal Putthaga Nilaiyam, No. 235, 'P' Block MGR First Street, MMDA Colony, Arumbakkam, Chennai – 600 106. Mobile: 9382853646, 8825767500 Email: parisalbooks2021@gmail.com ✶ Printed at: The print park, Chennai – 117.

ISBN 978-81-19919-49-9

₹ 130

இச்சிறுநூல்

சுதந்திரப் போராட்டத் தியாகியும்
மொழிப்போர் வீரருமான
தியாகி பி.எஸ். மணிக்கு
சமர்ப்பணம்

முகவுரை

மரக்கட்டை மாமியார் முதலிய கதைகள் என்னும் தலைப்பில் உள்ள இந்த நூலில் வரும் கதைகள் நாட்டார் நிகழ்த்து கலைகள் சிலவற்றில் இப்போதும் பேசப்படுபவை; சில நிகழ்த்திக் காட்டப்படுபவை. இந்தக் கதைகளில் சில பழமொழிகள், வழக்காறுகள் அடிப்படையில் உருவானவை. சில கட்டுவாக்கியக் கதைகள் என்னும் தலைப்பில் வெளியானவை. (1885)

இக்கதைகளில் நான் பிடித்த முயலுக்கு மூன்றேகால், வரவர மாமியார் கழுதை போல் ஆனாள், வாய்க்கொழுப்பு சீலையால் வடியுது, இரண்டு பெண்டாட்டிக்காரன் புழுத்துச் செத்தான், பொழுது விடிந்தால் தெரியும் செத்தது யாரென்று ஆகிய கதைகள் கட்டுவாக்கியக் கதைகள். பழமொழி மாதிரி பேசப்பட்டு சொல்லப்படும் கதைகள்

இந்நூலில் உள்ள பல கதைகள் தோல்பாவைக் கூத்து நிகழ்வில் நடத்திக்காட்டப்பட்டவை. (எ.கா. உளுவத்தலையன் கலியாணம், கோழிக்கறியும் உளுந்தஞ் சோறும்) சில கதைகளை வில்லுப்பாட்டு, நிகழ்ச்சியில் குடம் அடிப்பவர் சொல்லக் கேட்டிருக்கிறேன். (அத்தேரிமாக்கு, தலைப்பக்கம் நான் தூக்குவேன்) சில கதைகள் கரகாட்ட நிகழ்வில் இடைநிகழ்ச்சியில் சொல்லப்பட்டவை. கரகாட்டக்காரியோ கோமாளியோ சுவாரஷ்யமாக இக்கதைகளைச் சொல்லுவார்கள். (நல்லாத் தெரியுது, வாத்தியாரை புலிகடிச்ச கதை) தெம்பாங்குப் பாடகர்கள் கூட மாற்றத்திற்காகச் சில கதைகளைச் சொன்னார்கள்.

இந்தக் கதைகள் எல்லாவற்றிற்கும் கிண்டல், எள்ளல் பொதுவான பண்பு. இவற்றை எழுதியபோது ஆலோசனை கூறிய பேரா. தெ.வே.ஜெகதீசன், செந்தீ நடராசன் ஆகியோருக்கு நன்றி.

உள்ளுறை

1. நல்லாத்தெரியுது 07

2. ஜபாலி ராமாயணம் கேட்ட கதை 12

3. செட்டியார் காக்காய ஏமாத்தின கதை 15

4. நான் பிடித்த முயலுக்கு மூன்றேகால் 17

5. வரவர மாமியார் கழுதைபோல் ஆனாள் 21

6. மரக்கட்டை மாமியார் கதை 24

7. வாய்க்கொழுப்பு சீலையால் வடியுது 28

8. நாய் கேட்ட வரம் 32

9. இரண்டு பெண்டாட்டிக்காரன் புழுத்துச் செத்த கதை 36

10. வைகாசி கதை 40

11. கோழிக்கறியும் உளுந்தஞ் சோறும் 43

12. பொழுது விடிந்தால் தெரியும் செத்தது யாரென்று 47

13. சுடுகாட்டுக்குப் போன பிணம் திரும்பி வந்தது 49

14. தும்மட்டிக்காய் பட்டன் 53

15. பழைய கருப்பன் கருப்பனே 58

16. பின் சுவரை இடிக்கலாம் 62

17. இவன் வேசி மகன் இல்லை 65

18. பொண்டாட்டி வருகிறாள் துடைப்பைக் கட்டையுடன் 68

19. இரண்டு பேருக்கும் சாட்சி 72

20. கடற்கரை நாயும் கரைக்கோட்டை நாயும் 75

21. தலைப்பக்கம் நான் தூக்குவேன் 79

22. புதுப்பேய்க்குச் சூடு போடு 83

23. திருப்பதிக்குப் போன வெங்கடரெட்டி 85

24. உளுவத்தலையனின் கல்யாணம் 87

25. வாத்தியாரைப் புலி கடித்த கதை 90

26. வியாபாரி தானம் செய்த கதை 94

27. இராஜா தன்னை நொந்து கொண்டார் 97

28. வந்தானும் போனானும் 100

29. அத்தேரிமாக்கு 103

1

நல்லாத்தெரியுது

●●●●●

தோல்பாவைக் கூத்து நடத்தும் கணிகர்கள் தங்களுக்குள் மராட்டியில் மட்டும்தான் பேசிக்கொள்ளுவார்கள். 50க்களில் கூட இவர்களின் திருமண நிகழ்வில் கேள் பெருவத்தாலில் (முதலிரவில்) பாடப்பட்ட பாடல்கள் மராட்டியில்தான் இருந்தன.

தோல்பாவைக்கூத்து இராமாயணக்கதை நிகழ்ச்சி தமிழில்தான் நடக்கிறது. அதனால் 70க்களில் ஒன்றுரெண்டு மராட்டியப் பாடல்களைப் பாடியிருக்கிறார்கள். சுப்பையாராவ் பாடியதை 78ல் நான் கேட்டிருக்கிறேன். அனுமன் விஸ்வரூபம் எடுக்கும் காட்சியில்

ஜார ஜீவானா

ஜீல பனுகே

தனு குனு குனு முனு

பாலகரா

என்ற பாடலும் இராமனும் ராட்சதர்களும் சண்டை போடுகிற காட்சியில்

அ.கா. பெருமாள்

இராம ராகவ

ராஜித ரோஜனா

சாமித வரதா

ஜியவரதா

என்ற பாடலும் பாடப்பட்டன.

இந்தப் பாடல்களைப் பார்வையாளர்களான சிறுவர்கள் தமாஷ் பாடல்களாக எடுத்துக்கொண்டனர். கூத்து முடிந்தபின் சிறுவர்கள் பரமசிவராவைப் பார்த்து இந்தப் பாடலைப் பாடி ஆடியிருக்கிறார்கள். அவர் தெருவில் போகும்போதும் பாடி ஆடியிருக்கிறார்கள். அவருக்கு அது அவமானமாக இருந்தது. அதனால் மராட்டியப் பாடலைப் பாடுவதை நிறுத்திவிட்டதாகச் சொன்னார் பரமசிவராவ்.

இதுபோல பரமசிவராவ் கூத்தில் சொல்லப்பட்ட ஒரு கதையையும் நிறுத்திவிட்டார் அந்தக் கதைதான் நல்லாத்தெரியுது. திருநெல்வேலி மாவட்டம், ராஜாக்கமங்கலம் ஊர் அருகே ஓடிய தாமிரபரணி ஆற்றங்கரையில் உள்ள ஒரு குக்கிராமத்தில் கூத்து நடத்திய சமயத்தில் நல்லாத்தெரியுது கதையைச் சொல்லியிருக்கிறார்.

அடுத்தநாள் காலையில் பரமசிவராவின் அக்காளின் மகள் தாமிரபரணி ஆற்றில் குளித்துக் கொண்டிருந்தாள். அவள் தூல சரீரம் உடையவள். ஆற்றங்கரையில் நின்ற சிறுவர்கள், அவளைப் பார்த்து, "நல்லாத்தெரியுது" என்று சொல்லிக்கொண்டு ஆடினார்களாம். அவள் குளித்தது பாதி குளிக்காதது பாதி என ஆற்றிலிருந்து புறப்பட்டு போய்விட்டாள்.

இந்த நிகழ்ச்சிக்குப் பிறகு பரவசிவராவ் நல்லாத்தெரியுது கதையைக் கூத்தில் சொல்லுவதை விட்டுவிட்டார். அந்தக்கதை வருமாறு

ஒரு ஊரில் சோமாசி என்பவன் இருந்தான். அவன் சிறு வியாபாரி; ஞாபக மறதி உள்ளவன். ஒருநாள் சோமாசியின் மனைவி கணவனிடம் "சோதிடர்கிட்ட போய் அமாவாசை என்றைக்கு என்பதைக் கேட்டுவா? நீ மறதிக்காரன்; அதனால்

அய்யரு சொன்னதை அப்படியே சொல்லிக்கொண்டுவா" என்றாள். சோமாசி "அப்படியே சொல்லிக் கொண்டு வருவேன்" என்றான்.

சோமாசி சோதிடன் வீட்டிற்குப் போனான். அவன் போன நேரம் சரியில்லை. சோதிடருக்கும் அவரது மனைவிக்கும் மனஸ்தாபம். அவர் கோபத்திலிருந்தார். சோமாசி அவரிடம் அமாவாசை என்றைக்கு எனக் கேட்டான். அவர் இன்றைக்கோ நாளைக்கோ போ என்றார். சோமாசி, சோதிடர் சொன்னது மறக்காமலிருக்க "இன்றைக்கோ நாளைக்கோ" என்று சொல்லிக்கொண்டே வந்தான்.

அவன் வந்த வழியில் ஒரு வீட்டின் முன்னே கொஞ்சம் பேர் கூடி நின்றனர். அந்த வீட்டுக்காரனுக்கு உடல்நிலை மோசமாக இருந்தது; வைத்தியன் பரிசோதித்துக் கொண்டிருந்தான். இந்தச் சமயத்தில் சோமாசி இன்னைக்கோ - நாளைக்கோ என்று சொல்லிக்கொண்டு வந்தான். நோயாளியின் வீட்டின் முன்னே நின்றவர்கள் அவனைப் பிடித்துக் கொண்டனர். "அடே பாவி ஒருவன் உயிருக்குப் போராடுகிறான். நீ இப்படிச் சொல்லுகிறாயே" என்றார்கள்.

சோமாசி அவர்களிடம், "சோதிடன் சொன்னதை அப்படியே சொல்லிக் கொண்டு வரும்படி என் மனைவி சொன்னாள். அதனால் அப்படிச் சொன்னேன். இனி இப்படிச் சொல்லமாட்டேன்" என்றான். அவர்கள் "சரி போகட்டும் இனிமேல் நல்லாயிருக்கட்டும் என்று சொல்லிக்கொண்டு போ" என்றார்கள். சோமாசியும் அப்படியே சொல்லுகிறேன் என்றான்.

சோமாசி நடந்துபோன வழியில் ஒரு வீடு நெருப்பில் எரிந்து கொண்டிருந்தது. பொதுமக்கள் அதை அணைத்துக் கொண்டிருந்தார்கள். சோமாசி இந்த நேரத்தில் "நல்லாயிருக்கட்டும்" என்று சொல்லிக் கொண்டு வந்தான்.

நெருப்பை அணைத்துக் கொண்டிருந்தவர்கள், "அடப்பாவி நாங்கள் நெருப்பை அணைக்கத் தண்ணீரை விட்டுத் தடியால் அடித்து மல்லாடுகிறோம். நீ இப்படிச் சொல்லுகிறாயே" என்று

சொல்லி அவனைப் பிடித்துக் கொண்டனர். அவன் பழைய கதையைச் சொன்னான். அவர்கள் "இனிமேல் இப்படிச் சொல்லாதே; தண்ணீர் விட்டுத் தடியால் அடி" என்று சொல்லிக்கொண்டு போ என்றார்கள்.

சோமாசி அப்படியே சொல்லிக்கொண்டு போனான். வழியில் குயவன் ஒருவன் சூளையில் பானைகளை அடுக்கிக் கொண்டிருப்பதைப் பார்த்தான். குயவன் வானத்தைப் பார்த்தான். மழை வருவது போல் இருந்தது; என்ன செய்யலாம் என்று கவலையோடு இருந்தான்.

இந்த நேரத்தில் சோமாசி தண்ணீர் விட்டுத் தடியால் அடி என்று சொல்லிக் கொண்டு வந்தான். குயவன் "கேடுகெட்டவனே ஏன் வயத்தெருச்சலை வாங்கிக் கட்டுகிறாய் என்று சொல்லி சோமாசியைப் பிடித்தான். சோமாசி பழைய கதையைச் சொல்ல ஆரம்பித்தான். குயவன் சரி இனி இப்படிச் சொல்லாதே தெரிந்தது தெரியாமல் போகட்டும் என்று சொல்லிக்கொண்டு போ என்றான்.

சோமாசியும் குயவன் சொல்லிக் கொடுத்ததுபோல் சொன்னான். வழியில் ஒரு இளைஞனும் முதியவரும் தொலைந்துபோன தங்க மோதிரத்தைத் தேடிக்கொண்டிருந்தார்கள். அவர்கள் தங்களுக்குள் அதோ தெரிகிறது மினுங்குகிறது என்று மெதுவாகப் பேசிக்கொண்டார்கள். அப்போது சோமாசி தெரிந்தது தெரியாமல் போகட்டும் என்று சொல்லிக்கொண்டு வந்தான்.

சோமாசியின் பேச்சைக் கேட்ட இளைஞன் "பாவி என்ன சொல்லுகிறாய்?" என்றான். சோமாசி பழைய கதையைச் சொன்னான். இனி அப்படிச் சொல்லாதே நல்லாத் தெரியுது என்று சொல்லிக் கொண்டு போ என்றான். சோமாசி சரி என்றான்; நடக்கத் தொடங்கினான்.

வழியில் சிறிய வாய்க்கால் ஒன்று குறுக்கிட்டது, சோமாசி அதில் இறங்கி நடக்க ஆரம்பித்தான். வேட்டியை மடித்துக்கொண்டான். ஓடையின் எதிர்க்கரையிலிருந்து விவசாயத் தொழிலாளிகளான இளம்பெண்கள் சிலர்

வாய்க்காலைக் கடந்து வந்துகொண்டிருந்தார்கள். ஓடையில் தண்ணீர் அதிகம் இருந்ததால் அந்தப் பெண்கள் சேலையை மேலே தூக்கிக் கொண்டார்கள். அவர்கள் ஓடையின் நடுப்பகுதிக்கு வந்தபோது சேலை இன்னும் மேலே போயிற்று.

இந்த நேரத்தில் சோமாசி "நல்லாத்தெரியுது" என்று சொல்லிக் கொண்டு வந்தான். அந்தப் பெண்கள் சீ ஊதாரிப்பயலே என்று சொல்லிக் கொண்டே சோமாசியைப் பிடிக்க ஓடி வந்தார்கள். அவன் அவர்கள் கையில் அகப்படாமல் தப்பி ஓடினான்.

சோமாசி வீட்டிற்கு வந்தான். வீடு பூட்டி இருந்தது. பின் வாசலுக்குப் போனான். அங்கே அவன் மனைவி குளித்துக் கொண்டிருந்தாள். சோமாசி "நல்லாத் தெரியுது" என்றான். அவளோ "இடுப்பில் துணியைக் கட்டிக் கொண்டுதானே குளிக்கிறேன்; எப்படித் தெரியும்?" என்றாள். சோமாசி பழைய கதையைச் சொன்னான். அவள் தலையில் அடித்துக் கொண்டாள்.

2

ஜபாலி ராமாயணம் கேட்ட கதை

எண்பதுக்களின் ஆரம்பத்தில் இருக்கலாம். ஒருமுறை தோல்பாவைக் கூத்து முடிந்தபின் இரவு சுப்பையாராவிடம் பேசிக்கொண்டிருந்தபோது பழைய பார்வையாளர்களின் ரசனை பற்றிக் கேட்டேன். அந்தப் பார்வையாளர்கள் இப்போது இல்லை என்றார். தியாகராஜ பாகவதர் காலத்து ரசிகர்களுக்கும் எம்.ஜி.ஆர் ரசிகர்களுக்கும் உள்ள வித்தியாசம்தான் என்றார்.

"என் சின்ன வயதுலே அப்பா கோபாலராவ் கதையை விரிவா நடத்துவாக. ஜாம்பவானின் பூர்வ ஜன்மம், கிருஷ்ணன் அவனது மகள் ஜம்பாவதியை மணந்தது என பழைய கதையைச் சொல்லுவார். அப்போதெல்லாம் ஜாம்பவான் இராமனுக்குச் சமமான பாத்திரம். இப்போ உச்சிக்குடும்பனும் உளுவத்தலையனும் ஓய் சாம்பாரு கிழட்டுப் பிணமே என்று கூப்பிடுதான். ஏன் இது மாறிச்சி.

எல்லாம் பார்க்கிறவங்க ரசனைதாம். ஜபாலி மாதிரியாய் உள்ளவன் இராமாயணம் கேட்டா அப்படித்தான் என்றார். நான் அது என்ன கதை என்று கேட்டபோது சொன்ன கதை ஜாபாலி கேட்ட ராமாயணம்.

ஒரு ஊரில் ஜபாலி என்பவன் இருந்தான். அவன் மந்தப் புத்தியுள்ளவன். அவன் மனைவியோ நல்ல புத்தியுடையவள், பக்தியுள்ளவள், அவள் ஊர்க்கோவிலில் நடக்கும் கதாகாலஷேபம் கேட்க தவறாமல் போவாள். கணவன் வீட்டில் இருப்பான்.

ஜபாலிக்கு அவள் ஏன் விழுந்தடித்துக் கொண்டு கதை கேட்கப் போகிறாள் என்பது புரியவில்லை. ஒருநாள் ஜபாலி மனைவியிடம் அந்தக் கதையில் அப்படி என்னதான் இருக்கிறது. சலிப்பில்லாமல் போகிறாயே. அந்தக் கதையில் என்ன ரசத்தைக் கண்டுபிடித்துவிட்டாய் என்று கேட்டான்.

ஜபாலிக்கு மிளகுரசம் ரெம்பவும் பிடிக்கும்.. அதனால் எதற்கெடுத்தாலும் ரசம் என்று சொல்லிப் பேசுவாள். மனைவி அதற்கு ஒருபடி மேல். அவளுக்கு ரசமில்லாமல் சாப்பாடு இறங்காது. அதனால் அவளது பேச்சிலும் அடிக்கடி ரசம் வரும்.

இப்போது கணவனின் கேள்விக்கு அவள் "நீ அந்தக் காவியத்தின் ரசத்தைக் குடித்துப் பார்த்தால்தானே தெரியும்" என்றாள். ஜபாலி அப்படியானால் இன்று நான் கதை கேட்கப் போகிறேன். கதை ரசத்தை வாங்கி வருகிறேன்" என்றான். அவளும் ரசத்தை முழுதும் குடித்துவிடாதே; எனக்கும் கொஞ்சம் கொண்டுவா என்றாள் விளையாட்டாக.

ஜபாலி பெரிய செம்புப்பாத்திரத்தை எடுத்து வைத்துக்கொண்டான். கதை சொல்லும் இடத்தில் ரசம் வாங்கிக் குடித்துவிட்டு மிச்சமானதை வீட்டிற்குக் கொண்டுவர வேண்டும் என்பது அவனது ஆசை. ஜபாலி பாத்திரத்தைக் கொண்டு போனது மனைவிக்குத் தெரியாது. அவன் கதா காலசேபம் நடந்த இடத்துக்குப் போனான். அங்கே சுமாராகக் கூட்டம் இருந்தது. சாய்ந்து உட்காரும் படியான ஒரு இடத்தைத் தேர்ந்தெடுத்துக் கொண்டான்.

கதை சொன்னவர் சுவராஷ்யமாய் தமாஷ் துணுக்குகளை இடையிடையே சொல்லிதான் கதா காலசேபம் செய்தார். ஜபாலி கொஞ்ச நேரம் கேட்டான். அவனுக்கு ஒன்றும் புரியவில்லை. உறக்கமும் வந்தது. அயர்ந்து உறங்கிவிட்டான். அவன் அருகே செம்புப்பாத்திரம் இருந்தது.

ஜபாலியின் அருகே ஒருவன் ஆர்வமாய் கதை கேட்டுக் கொண்டிருந்தான். அவன் நல்ல ரசிகன். ஆர்வத்தோடு இருந்தான். அவனுக்கு மூத்திரம் முட்டியது. கதை நடக்கும்போது பாதியில் எழுந்துபோக விருப்பம் இல்லை. பாதியில் போனால் கதை தொடர்ச்சி விட்டுவிடும் என்றும் அவனுக்குத் தெரியும்.

அந்தப் பார்வையாளன் தன் பக்கத்தில் ஒருவன் அயர்ந்து உறங்கிக் கொண்டிருப்பதைப் பார்த்தான். அவன் அருகே செம்பு இருப்பதையும் பார்த்தான். மெதுவாக அதை எடுத்து மூத்திரம் பெய்துவிட்டுச் செம்பை அவன் பக்கத்தில் வைத்துவிட்டான்.

இன்னொருவனும் இதைப் பார்த்தான். அந்தச் செம்பில் மூத்திரம் பெய்துவிட்டு ஜபாலியின் பக்கத்தில் வைத்துவிட்டான். செம்பு நிறைந்து வழிந்தது. ஜபாலி இன்னும் உறங்கிக் கொண்டிருந்தான். கதாகாலசேபம் முடிந்தது. எல்லோரும் போய்விட்டார்கள்.

யாரோ ஜபாலியைத் தட்டி எழுப்பினார்கள். ஜபாலி செம்பைப் பார்த்தான். ரசம் நிரம்பி வழிவதைப் பார்த்த உடன் சந்தோஷப்பட்டான். கொஞ்சம் குடித்துப் பார்த்தான். உப்பு கரித்தது. வீட்டிற்குக் கொண்டு போனான். மனைவியிடம் கொடுத்தான். "நான் கதை கேட்கும்போது உறங்கிவிட்டேன்; ஆனாலும் செம்பில் ரசம் நிரம்பிவிட்டது" என்றான். மனைவி பரிந்துகொண்டாள். கணவனின் மடத்தனத்தை எண்ணித் தலையில் அடித்துக் கொண்டாள். அவனைப் பழித்துப் பேசினாள்.

3

செட்டியார் காக்காய ஏமாத்தின கதை

இந்தக் கதையை சுப்பையாராவ்தான் முதலில் எனக்குச் சொன்னார். நல்லதங்காள் கூத்தில் இடைநிகழ்ச்சியில் உச்சிக்குடும்பன் உளுவத் தலையனுக்குச் சொல்லும் கதை; பரமசிவராவ் காலத்திலேயே இந்தக் கதை சொல்லப்படவில்லை என்றார். இதே கதை ரத்தின நாயகர் சன்ஸ் வெளியிட்ட தொகுப்பில் கோமுட்டி செட்டி காக்காய ஏமாத்தின கதை என்ற பெயரில் உள்ளது. ஆனால் இக்கதையை சுப்பையாராவ் கொஞ்சம் வித்தியாசமாகச் சொன்னார்.

அந்த ஊரில் ஏமாத்துச் செட்டியை எல்லோருக்கும் தெரியும். அவன் யாரையும் ஏமாத்த மாட்டான். ஆனால் நன்றாக ஏமாறுவான். அதனால் இப்படி ஒரு பெயர்.

ஒருநாள் ஊர்க்கூட்டத்திற்கு அவன் வந்தான். ஒரு விடலை அவனிடம் ஏமாத்துச்செட்டி என்ன நாழியாகிவிட்டது என்று கேட்டான்.

அ.கா. பெருமாள்

செட்டிக்குக் கோபம் பொத்துகிட்டு வந்தது. "லேய் விடலை பார்த்துப் பேசு. நான் ஒரு காக்காய ஏமாத்திக் கிட்டாக்கும் வந்தேன்" என்று சொன்னான். அந்த விடலை அப்படியா அந்த சமாசாரத்தைச் சொல்லு என்று கேட்டான். செட்டியும் கதை சொல்ல ஆரம்பித்தான்.

நான் காட்டுப் பகுதியில் வெளிக்குப் போகும் போதெல்லாம் ஒரு செம்புல தண்ணீர் கொண்டு போவேன். செம்ப ஒருபக்கமா வச்சிகிட்டு தள்ளிப்போய் ஓடமரத்துப் பக்கத்துல குந்துவேன். எல்லாம் முடிஞ்சபிறகு செம்ப எடுக்கப் போனேன். அதக் கவிழ்த்துப் போட்டிருக்கு. தண்ணீரெல்லாம் கொட்டிக்கிடக்கு. இது என்னடான்னு திரும்பிப்பார்த்தா ஒரு காக்கா. அது என்ன முறச்சுப் பாக்குது. என்ன செய்ய முடியும் அப்படியே வீட்டிற்குப் போய் கழுவினேன்.

அடுத்தநாளும் அந்த காக்கா இந்த மாதிரிதான் செஞ்சுது. இந்தக் காக்காய விடக்கூடாதுன்னு நினச்சேன். ஒரு நாளக்கு வெறும் செம்ப வச்சுகிட்டு மறஞ்சு நிண்ணு வெளிக்குப் போனேன். பிறகு செம்பக் கவுக்க காக்கா மெதுவா வந்தது. நான் சத்தம்போட்டு சொன்னேன். "ஏய் காக்கா இன்னிக்கி நீ ஏமாந்தே. நான் வரப்பவே நல்ல கழுவிட்டுதான் வந்தேன். செம்ப நல்ல கவுரு ஏமாந்த காக்கயே" என்றேன்.

இப்படியாகச் செட்டி கதையச் சொன்னதும் விடலைகள் சிரிப்பாய் சிரித்தார்கள்.

இந்தக் கதையைச் சொன்ன சுப்பையாராவ் கூத்துல உச்சி உளுவனுக்குச் சொல்றதா இந்தக் கதவரும். அப்போ "செட்டி" என்று சொல்லமாட்டான். மொளுமொளு (தமாஷ்பாத்திரம்) காக்காய ஏமாத்துன கத என்றுதான் சொல்லுவான் என்றார்.

4
நான் பிடிச்ச முயலுக்கு மூன்றே கால்

இந்தக் கதை கட்டுவாக்கியக் கதைகள் என்னும் தலைப்பில் வந்த தொகுப்பில் உள்ளது. திருநெல்வேலி லோகாம்பாள் அச்சகத்தில் அச்சிடப்பட்டது. தற்கால மரபுத்தொடர் அகராதி (அடையாளம் 2004) இதற்கு உண்மையை உணர்ந்த பின்னும் தன் கருத்தை மாற்றிக் கொள்ள மறுக்கும் நபரின் பிடிவாதத்தைக் குறிப்பிடப் பயன்படுத்தும் தொடர் எனக் குறிப்பிடும்.

இன்றும் பேச்சுவழக்கில் இந்தக் கட்டுவாக்கியம் சாதாரணமாகப் பயன்படுத்தப்படுகிறது. பிடிவாதக்காரரைப் பழிக்கும் சொற்றொடராகவும் இது வழங்குகிறது. இந்தக் கதை வருமாறு.

அந்தக் கிராமத்தில் சக்திவாய்ந்த மந்திரவாதி ஒருவன் இருந்தான். அவனிடம் மந்திர வித்தை படிப்பதற்கு என்று சேர்ந்த சீடர்கள் சிலர் இருந்தார்கள்.

மந்திரவாதிக்கு முயல்கறி என்றால் மிகவும் பிடிக்கும். சீடர்களில் ஒருவன் பக்கத்துக் காட்டுக்குப்போய் முயலைப் பிடித்து சமைக்க வேண்டும். இது முறைவைத்து நடந்தது.

ஒருநாள் கரிச்சான் என்ற சீடனிடம் "நீ போய் கொழுத்த முயலைப் பிடித்துவா; உனக்குத்தான் குறிபார்த்து கல் எறியத் தெரியுமே போ; நோஞ்சான் முயலைப் பிடித்து விடாதே" என்றான் மந்திரவாதி.

கரிச்சான் காட்டுக்குள் போனான். கொழுத்த முயலைக் குறிவைத்துப் பிடித்தான். அதைக் கொண்டுவந்து சமைத்தான். கொழுப்பு நிறைந்த முயலின் கால்களைப் பார்த்ததும் அவனுக்கு நாக்கில் தண்ணீர் ஊறியது. ஒரு காலைத் தனியே எடுத்துப் பொரித்துத் தின்றுவிட்டான். மற்ற மூன்று கால்களையும் பொரித்தான். உடம்புப் பகுதியைக் குழம்பு வைத்தான்.

மந்திரவாதி சாப்பிட உட்கார்ந்தான். அவருக்கு முன் விரிக்கப்பட்டிருந்த வாழை இலையில் மூன்று முயல் கால்களே இருந்தன. மந்திரவாதி கரிச்சானிடம் இன்னொரு கால் எங்கே என்று கேட்டார். சீடனோ நான் பிடிச்ச முயலுக்கு மூன்றே கால் என்றான்.

மந்திரவாதி சாப்பிட்ட பின்பு சீடனிடம் கேட்டான்; முயலின் ஒரு கால் எங்கே போச்சு என்றான். அப்போதும் சீடன் நான் பிடித்த முயலுக்கு மூன்றேகால் என்றான். குரு மறுபடியும் கேட்டான். கரிச்சானின் பதில் மாறவில்லை. நயந்தும் சினந்தும் கேட்டுப்பார்த்தான் மந்திரவாதி. சீடனிடமிருந்து ஒரே பதில்தான் வந்தது.

மந்திரவாதிக்குக் கோபமும் ஆச்சரியமும் வந்தன. அடக்கிக் கொண்டான். கரிச்சானிடம் வேறு ஒரு சந்தர்ப்பத்தைக் கேட்டுப் பார்க்க வேண்டும் என்று நினைத்துக் கொண்டான்.

குரு கரிச்சானின் நெற்றியில் கறுத்த மையைத் தடவினாள். "மகனே நீ இன்னும் கொஞ்ச நேரத்தில் யார் கண்ணிலும் தெரியாதபடி மாயமாய் மறைந்து விடுவாய். நீ திருடும் பொருட்கள் கூட அடுத்தவள் கண்ணுக்குத் தெரியாது. நீ இப்போது இந்த

ஊர் கசாப்புக் கடைக்குப் போ", அங்கிருந்து எறும்பில்லாத தசைத்துண்டங்களை எடுத்து வா" என்றான். சீடனும் குரு சொன்னபடியே கசாப்புக் கடையிலிருந்து இறைச்சியை எடுத்து வந்து சமைத்துக் கொடுத்தான். இப்போது சீடனுக்கு ஏராளம் இறைச்சித் துண்டுகள் கிடைத்தன.

அடுத்த நாள் குரு சீடனின் நெற்றியில் மந்திர மையை வைத்தான். "மகனே மாமிசத்தை எடுத்துச் சமைப்பது பெரிய வேலை. நீ இப்படி ராஜாவின் அரண்மனை சமையலறைக்குப் போ, அங்கே சமைத்து வைக்கப்பட்டிருக்கும் பதார்த்தங்களை அப்படியே எடுத்துக்கொண்டு வந்து விடு போ" என்றான்.

கரிச்சான் அரண்மனைக்குப் போய் சமைத்த அசைவ உணவுவகைகளை எடுத்து வந்தான். இப்படியே நாட்கள் கடந்தன. கரிச்சானுக்குச் சந்தோஷம். சமைக்கும் வேலை மிச்சம். இப்படியே நாளைக் கடத்திவிடலாம் என்று நினைத்தான்.

அரண்மனை சமையலறையில் சமைத்த உணவுகள் அடிக்கடி காணாமல் போன செய்தி ராஜாவின் காதுகளுக்கு எட்டியது. ராஜா அதிரடி உத்தரவு போட்டார். திருடன் அகப்பட்டால் விசாரணை வேண்டாம்; உடனே கொல்லலாம் என்று உத்தரவு போட்டார்.

ஒருநாள் மந்திரவாதி கரிச்சானின் நெற்றியில் இன்னொரு மந்திரமையைத் தடவினான். "கரிச்சானே நீ இன்று சூடான ஆவி பறக்கும் அசைவப் பாத்திரங்களை எடுத்துவா" என்றான்.

கரிச்சானும் சந்தோஷத்தோடு நாக்கில் தண்ணீர் ஊறப் போனான். அன்று மந்திரவாதி தடவிய மை சூடான ஆவி பட்டால் கரைந்துவிடும் தன்மை உடையது. அதைத் தடவிக் கொண்டவனின் உருவம் முழுதாகத் தெரிந்துவிடும் என்பதெல்லாம் கரிச்சானுக்குத் தெரியாது.

கரிச்சான் அரண்மனைச் சமையலறையின் உள்ளே சூடான அசைவ உணவுகள் தயாராவது வரை காத்திருந்தான். காவலர்கள் திருடனைப் பிடிக்கக் காத்திருந்தனர். கரிச்சான் ஆவி பறக்கும் சமைத்த சூடான பதார்த்தங்களின் முன்னே நின்றான். ஆவி

அவன் நெற்றியில் பட்டது. மை உருகியது. அவ்வளவு தான் அவன் முழு உருவத்துடன் நின்றான். காவலர்கள் அவனைப் பிடித்துக் கொண்டனர்; கொலைக்களத்துக்குக் கொண்டு சென்றனர்.

இந்தச் செய்தி மந்திரவாதிக்குத் தெரிந்தது. இதைத்தான் அவன் எதிர்பார்த்துக் கொண்டிருந்தான். அவன் சீடர்களுடன் கொலைக்களத்துக்குப் போனான். மந்திரவாதிக்கு அரசனிடம் செல்வாக்கு உண்டு என்பது காவலர்களுக்குத் தெரியும். அதனால் மந்திரவாதி கரிச்சானை எளிதாகச் சந்தித்தான்.

கைகள் பின்புறம் கட்டப்பட்ட நிலையில் கொலைக்களத்தில் தலையைக் கொடுக்கத் தயாராக இருந்த கரிச்சானிடம் மந்திரவாதி "நீ பிடித்த முயலுக்கு எத்தனை கால்கள்" என்று கேட்டான். கரிச்சான் "மூன்றே கால்கள்" என்றான்.

மந்திரவாதிக்குச் சிரிப்பு வந்தது. இப்படியும் ஒரு பிடிவாதக்காரன் இருப்பானா என்று நினைத்தான். காவலர்களிடம் நடந்த விஷயங்களை சொன்னான். அரசனிடம் கரிச்சானை மன்னிக்கும்படி வேண்டினான்.

5

வரவர மாமியார் கழுதைபோல் ஆனாள்

'கட்டுவாக்கிய கதை' என்னும் தலைப்பில் 1912ல் வந்த நூலில் உள்ள கதை. இதற்கு வேறு வாய்மொழி வடிவம் உண்டு. தமிழகத்தில் பரவலாக அறியப்பட்ட வழக்காறு. புதுமணப் பெண்ணை எல்லா மாமியார்களும் தூக்கிவைத்துவிட்டுப் பின்னர் கீழே வீழ்த்துவது என்னும் பொதுவான வழக்கத்திலிருந்து உருவான வாசகம். ஒரு செயல் அல்லது குணம் ஆரம்பத்தில் உயர்வாக இருந்து படிப்படியாக குறைந்து போவதைக் குறிப்பதற்குரிய வழக்காறு.

அந்தக் கிராமத்தில் ரங்கன் என்பவன் இருந்தான். அவன் பொண்டாட்டி சொல்லைத் தட்டமாட்டான். அம்மா சொன்னதையும் கேட்பான். அவனது மனைவிக்கு இதில் பெரிய வருத்தம். தான் இவ்வளவு அழகாக இருந்தும் கணவனை முழுதாய் மயக்க முடியவில்லையே என்பது அவளது ஆதங்கம். இதற்கு முடிவுகட்டவும் தீர்மானித்தாள்.

ரங்கனின் மனைவி ஒருநாள் சீவி சிங்காரித்துக் கொண்டாள். அன்று அவன் அவளைப் பார்த்து மயங்கிப் போனான். அவளும் இதுதான் சமயமென்று பேச ஆரம்பித்தாள். "நம் ஊரின் ஒதுக்குப் புறத்தில் காட்டில் என் குடும்பக்கோவில் உள்ளது. அந்தக் கோவிலின் அருகே ஒரு குளம் உண்டு. அதன் கரையில் உன் அம்மாவை விட்டுவிட்டு நீ வந்துவிடு. இது என் நேர்ச்சை" என்றான். ரங்கனும் அவளது பேச்சுக்குத் தலையாட்டினான்.

ரங்கனின் மனைவி சுவையான தயிர்சாதப் பொட்டலத்தைக் கணவனின் கையில் கொடுத்தாள். கல்லும் மண்ணும் கலந்த தயிர்ச்சாத பொட்டலத்தை மாமியார் கையில் கொடுத்தாள். அவர்களை வழியனுப்பினாள்.

ரங்கன் பொண்டாட்டியின் பேச்சில் மதிமயங்கி தன் அம்மாவைக் காட்டிற்குள் அழைத்துச் சென்றான். அவளை ஒரு குளத்தின் கரையில் உட்கார வைத்துக் கொஞ்ச நேரம் பேசிக்கொண்டிருந்தான். அம்மா நீ இங்கே இரு; நான் காட்டிற்குச் சென்று வருகிறேன் என்று சொல்லிவிட்டுப் போனான். போகும்போது ஞாபகமறதியால் தன் தாயின் கையில் இருந்த சோற்றுப் பொட்டலத்தை எடுத்துச் சென்றுவிட்டான்.

நேரம் செல்லச் செல்ல ரங்கனின் அம்மாவிற்குப் பயம் பிடித்துக் கொண்டது. மகனோ வீட்டிற்குப் போய் விட்டான். அது அவளுக்குத் தெரியாது. அவள் அழ ஆரம்பித்தாள். அப்போது ஒரு தேவதை வந்தாள். அழுத காரணத்தைக் கேட்டாள். அம்மா சொன்னாள்.

தேவதை அம்மாவிடம் இருந்த சோற்றுப் பொட்டலத்தைப் பிரித்துப் பார்த்தது. சுவையான கட்டுச்சாதம். தொடுகறி. தேவதை அதில் பாதியைச் சாப்பிட்டுவிட்டு ரங்கனின் அம்மாவிற்கும் கொடுத்தாள்.

தேவதை அம்மாவிடம் ஒரு பை நிறைய தங்க நாணயங்களும் கொடுத்தாள். போய்வா என்றாள். அம்மாவும் பையுடன் வீட்டிற்குப் போனாள். ரங்கனின் அம்மா புதுத்தெம்புடன் நல்ல வலிமையுடன் தங்க நாணயங்களுடன் வந்ததைப் பார்த்த அவளது மருமகள் பொறாமையுடன் பார்த்தாள்.

அடுத்தநாள் ரங்கனின் மனைவி என் அம்மாவையும் காட்டுக்கு அழைத்துப்போ என்றாள். அவனும் சரி என்றான். அவள் சுவையான கட்டிச்சாத மூட்டையையும் கல் கலந்த சாதத்தையும் கொடுத்து கணவனையும் தன் அம்மாவையும் வழி அனுப்பினாள்.

ரங்கனும் மாமியாரை அழைத்துக் கொண்டு காட்டுவழி நடந்து பழைய குளத்தின் கரைக்குப் போனான். அங்கு அவளை இருக்கச் சொன்னான். சுவையான கட்டுச் சாதத்தை எடுத்துக் கொண்டான். மாமியாரிடம் அழுது கொண்டே இரு தேவதை வரும்; நடந்ததைச் சொல் என்று சொல்லிவிட்டுப் போனான்.

மாமியார் அழ ஆரம்பித்தாள். தேவதை வந்தாள். அவளுக்கு ஆறுதல் சொன்னாள். மாமியார், என் மகளின் மாமியார் இங்கே வந்து நிறைய நாணயமும் உடல் பலமும் பெற்றாள். அதுபோல் எனக்கும் வேண்டும். அதனால் என் மகள் அனுப்பி வைத்தாள் என்றாள்.

தேவதைக்கு அவள் பேசியது பிடிக்கவில்லை. அவள் அருகே அமர்ந்தாள். சோற்றுப் பொட்டலத்தைப் பிரித்தாள். ஒரு கவளம் வாயிலே போட்டாள். கல்லும் மண்ணும் கலந்த சோறு. தேவதைக்கு கோபம் வந்தது. மாமியாரைப் பார்த்து "நீ கழுதையாய் போ" என்றாள்.

தேவதை போய் விட்டாள். மாமியார் கொஞ்சம் கொஞ்சமாக கழுதையாக மாற ஆரம்பித்தாள். இப்பொழுது உண்மையில் அழுதாள். வீட்டை நோக்கி நடந்தாள். ரங்கன் அதற்குமுன் தன் வீட்டிற்குச் சென்றுவிட்டான்.

மாமியார் வீட்டை நெருங்கும்போது முக்கால் கழுதை ஆகிவிட்டதைப் பார்த்த மனைவி யார் இது என்ன கோலம் என்று கணவனிடம் கேட்டாள். ரங்கன் அமைதியாக "வரவர மாமியார் கழுதைபோல் ஆகிறாள்" என்றான். இதற்கு வேறு வேறு வடிவங்கள் உண்டு.

6

மரக்கட்டை மாமியார்

கட்டுவாக்கியக் கதை நூலின் (1912) பின்னிணைப்பில் உள்ள கதைகளில் ஒன்று. இது வாய்மொழி வடிவிலும் வழங்குகிறது.

ஒரு ஊரில் ஒன்றுவிட்ட அண்ணன் தம்பிகள் இரண்டுபேர் அடுத்தடுத்த வீட்டில் வசித்து வந்தார்கள். அண்ணனுக்கு அம்மா உண்டு. தம்பியின் அம்மா சின்ன வயதில் செத்துப் போனாள். இரண்டு பேருக்கும் கல்யாணமும் ஆகிவிட்டது.

ஒருசமயம் ரெண்டு பேரும் வியாபாரம் செய்ய வெளியூர் போக வேண்டி வந்தது. அண்ணனும் தம்பியும் தங்கள் மனைவிகளிடம் செலவுக்குப் பணம் கொடுத்துவிட்டு வெளியூர் போனார்கள்.

அண்ணனின் மனைவி மாமியாரைத் தெய்வமாக மதிப்பவர். அவளுக்குச் சாப்பாடு போட்டு உபசாரம் செய்வது அவளுக்குப் பிடித்த காரியம்.

மூத்தவள் மாமியாருக்குச் செய்த உபகாரங்களை எல்லாம் பார்த்துக் கொண்டிருந்த இளையவளுக்கு ஆதங்கம் ஆனது. எனக்கும் மாமியார் இல்லையே அக்கா என்ன செய்வேன் என்று வருத்தப்பட்டாள்.

அக்கா இளையவளிடம் "நான் ஒரு வழி சொல்லுகிறேன் கேள்; மரத்தால் ஒரு மாமியார் பொம்மை செய்து வைத்துக்கொள். அதற்கு மூன்று வேளையும் சாப்பாடு போடு. ஆனால் மாமியார் சாப்பிடும்போது நீ அருகில் நிற்கக் கூடாது. முன் வாசலுக்குப் போய்விடு. கொஞ்சநேரம் கழிந்து சென்றுபார். மாமியார் சாப்பிட்டிருப்பாள். உனக்கு இது நிம்மதி தரும்" என்றாள்.

தங்கச்சிகாரி அக்கா சொன்னபடி ஒரு ஆசாரியின் உதவியுடன் மரக்கட்டையில் மாமியார் பொம்மை செய்தாள். திண்ணையில் அதை இருத்திவைத்து சாப்பாடு போட்டாள். மாமியார் சாப்பிடும்போது பக்கத்தில் இருக்கக் கூடாது என்று அக்கா சொன்னது ஞாபகத்துக்கு வந்தது. அதனால் முன் வாசலுக்குப் போய் விடுவாள்.

இப்படியே காரியம் நடந்து கொண்டிருந்தது. தங்கச்சி மாமியார் பொம்மைக்கு சாப்பாடு வைத்துவிட்டு முன் வாசலுக்குப் போனதும் அக்கா மரப்பொம்மையின் முன்னே உள்ள சாப்பாட்டை எடுத்துக்கொண்டு போய் விடுவாள். இது அறியாத தங்கச்சி தன் மாமியார் சாப்பிடுவதாக நினைத்துக் கொண்டாள். அவளுக்குத் திருப்தி. இப்படியே நாட்கள் நகர்ந்தன.

கொஞ்சநாள் கழிந்ததும் அண்ணனும் தம்பியும் திரும்பி வந்தனர். தம்பி தன் மனைவியிடம் உனக்கு நான் தந்த பணத்தை முழுதும் செலவு செய்து விட்டாயே. அப்படி என்னதான் செய்தாய்? சொல்லு என்று கணக்கு கேட்டான்.

மனைவி "என் மாமியாருக்கு ஒரு வேளை சாப்பாடு கொடுத்தேன். அவள் நிறையவே சாப்பிட்டாள்" என்றாள். தம்பிக்குக் கோபம் மூக்கில் ஏறியது. "அட பைத்தியக்காரி; என் அம்மா செத்துப்போய் பத்து வருஷங்கள் ஆச்சு. உனக்கு பைத்தியமா" என்றான். அவள் மரக்கட்டை மாமியாரைத் தூக்கிவந்து காட்டினாள்.

மரப்பொம்மையைப் பார்த்த கணவனுக்குக் கோபம் மேலும் வந்தது. "அடி பாதகி; என் அம்மாவை இப்படியா அவமானப்படுத்துகிறாய். உன் மாமியாரைத் தூக்கிக் கொண்டு வெளியே போ; இந்த வீட்டில் இருக்காதே" என்று சொல்லி அவளை வீட்டை விட்டு வெளியே அனுப்பினான்.

அவளுக்கு வேறு வழியில்லை. இரவோடு இரவாக மரக்கட்டை மாமியாரை இடுப்பில் வைத்துக் கொண்டு காட்டுவழி நடந்தாள். நேரம் ஆகஆக அவளுக்குப் பயம் வந்தது. வழிநடக்க அஞ்சினாள். ஒரு ஆலமரத்தின் மேல் ஏறிக்கிளையில் அமர்ந்து கொண்டாள்.

நடுஇரவு ஆனது. அந்த மரத்தின் கீழே திருடர்கள் கூடினார்கள். அவர்கள் அன்று திருடிய ஆபரணங்களை தரையில் கொட்டிப் பங்கு போட ஆரம்பித்தனர். பங்கு போட்டுவிட்டு மூட்டையாகக் கட்டினர்.

இந்தச் சமயத்தில் இளையவள் அயர்ந்து உறங்கிக் கொண்டிருந்தாள். அவள் கையிலிருந்த மரக்கட்டை பொம்மை தவறி விழுந்துவிட்டது. திருடர்கள் பொம்மையைப் பார்த்து பேய் என்று நினைத்து அலறி அடித்துக் கொண்டு ஆபரண மூட்டையை அப்படியே விட்டுவிட்டு ஓடிப்போய் விட்டார்கள்.

இந்தக் களேபரத்தில் இளையவள் விழித்துக்கொண்டாள். மரத்திலிருந்து இறங்கினாள். ஆபரணங்களை அள்ளிவாரி எடுத்தாள். மாமியாரையும் எடுத்துக்கொண்டாள். வீட்டிற்கு நடந்தாள். காலை நேரத்தில் ஆபரண மூட்டையுடன் வந்த மனைவியைப் பார்த்துக் கணவன் அதிசயித்துப் போனான். அவள் நடந்ததைச் சொன்னாள். அவன் அவளை வீட்டிற்குள் அழைத்து வைத்துக் கொண்டான்.

தங்கச்சிக்கு வந்த அதிஷ்டத்தைக் கேட்ட மூத்தவளுக்கு நாமு இதுபோல் செய்தால் என்ன என்று தோன்றியது. உன் உயிருள்ள மாமியாரைத் தூக்கிக் கொண்டு காட்டுவழி நடந்தாள். ஆலமரத்தை அடையாளம் கண்டாள். அதன் கிளையில் அமர்ந்து கொண்டாள். மாமியாரும் பக்கத்தில் உட்கார்ந்து கொண்டாள்.

அன்று இரவும் திருடர்கள் வந்தனர். திருடியவற்றைப் பங்கு போட ஆரம்பித்தனர். இதுதான் சமயம் என்று நினைத்த மூத்தவள் மாமியாரை மரத்திலிருந்து கீழே தள்ளினாள்.

பெரும் கூக்குரலுடன் கீழே விழுந்த மாமியாரைத் திருடர்கள் பிடித்துக் கொண்டனர். அவளை நையப் புடைத்தனர். அவள் மரத்தின் மேல் தூண்டிக் காட்டினாள். அங்கே மூத்தவள் இருந்தாள். திருடர்கள் அவளையும் பிடித்துக் கொண்டனர். மூத்தவளையும் அடித்து உதைத்தனர். இரண்டு பேரையும் ஒரு கழுதையின் மேல் கட்டி வைத்து ஓடவிட்டனர்.

7

வாய்க்கொழுப்பு சீலையால் வடியுது

......

இந்தக் கதை கட்டுவாக்கியக் கதைகள் நூலில் உள்ளது. ஆனால் நான் இக்கதையை முதலில் சுப்பையாராவிடம் தான் கேட்டேன். வாய்மொழியில் வழங்கும் இக்கதையின் வேறுவேறு வடிவங்கள் உண்டு.

திருநெல்வேலி மாவட்டம் வள்ளியூர் அருகே திருக்குறும்குடியை அடுத்திருக்கும் நம்பித்தலைவன்பட்டயம் என்ற குக்கிராமத்தில் நடந்த நல்லதங்காள் தோல்பாவைக் கூத்தைப் பார்க்கபோனபோது நடந்த நிகழ்ச்சிக்குப் பின்னர் இந்தக் கதையைக் கேட்டேன்.

அந்த ஊரில் தலித் மக்கள் அதிகம் வாழ்ந்த பகுதியில் கூத்து நடந்தது. பரமசிவராவுக்கு நல்ல வருமானம். பணம் மட்டுமல்ல. அரிசி, காய்கறி, கோழி என உபரி வருமானம் வேறு. ஊரில் வசதியுள்ள ஒரு தலித் பிரமுகர் அதற்கு உதவினார். அவர் படிப்பாளி; ராமாயணத்தில் ஈடுபாடுள்ளவர்.

நல்லதங்காள் தன் வறுமை காரணமாக அண்ணன் வீட்டிற்கு வரும் போதுதான் அந்தத் தலித் பிரமுகரைப் பாராட்டினார் பரமசிவராவ். கோமாளி வாய்வழி ஒருவரைப் பாராட்டுவது என்பது பரமசிவராவுக்கு கைவந்த கலை. அன்று அவரைப் பாராட்டித் தீர்த்து விட்டார். நல்லதங்காள் காட்டுவழி பாடிக் கொண்டே வருவார். ஏழு குழந்தைகளும்

பசிக்குதே அம்மா பசிக்குதே

பசிக்குதே அம்மா பசிக்குதே

என்று பாடுவார்கள். நல்லதங்காள் உடனே

பசித்த மக்களா பொறுத்துக் கொள்ளுங்கள்

பழுத்த பழங்களைப் பறித்துத் தருகிறேன்

அய்யோ மக்களா என் மக்களா

என்று அழுது கொண்டே பாடினாள். இந்தச் சமயம் உச்சிக்குடும்பன் பாத்திரம் வந்தான்.

உடம்பை ஒரு அசைப்பு அசைத்தான். கூட்டம் நிசப்தமானது. “ஓ ஜனங்களே ஊருல வாழுற பெரியவரு ஏழபாளகளுக்கு உதவுற பெரியவரு மாதிரி ஒருத்தரு இந்தக் காலத்துல இருந்தா நல்லதங்காள் இப்படி காட்டுவழி போவாளா. எங்களுக்கெல்லாம் பசியாறக் கொடுத்தவருல்லா இவரு. இந்த மகாராஜன் இந்திர லோகத்து தேவர்கள் கூட்டத்தில் சமமாக இருந்த வேண்டியவருல்லா என்று சொல்லிவிட்டு இடதுபுறம் வழி ஓடுவார். பார்வையாளரிடமிருந்து கைதட்டல் விசில் சப்தம் ஆரவாரம் கேட்டது.

அப்போது கூரான ஈட்டிக்கம்பு வெண்மையான திரைச்சீலையில் விழுந்தது, நிமிட நேரத்தில் நடந்துவிட்டது. திரைச்சீலை இரண்டாகக் கிழிந்தது. அரங்கில் ஒரே சப்தம். யார் யாரோ ஏகச் சப்தம். நான் டேப்ரிகார்டரையும் மைக்கையும் பத்திரப்படுத்தினேன். கூத்தரங்கின் அருகே நின்று கொண்டேன்.

கம்பைத் திரையில் எறிந்தவன் நிதானமாக நடந்து போனான். அவனுக்குப் பரமசிவராவிடம் பகை இல்லை. அது புரிந்தது. கூத்து அன்று தொடரவில்லை. கூட்டம் கலைந்தது.

“நான் அவரிடம் விடைபெறும்போது அவர் இந்திரலோகம் தலைவர் தேவருக்குச் சமமாக என்றது வினையாகிவிட்டது சரிதானா” என்று கேட்டார். “உச்சிக்குடும்பன் தேவலோகம் என்பதை அப்படி உச்சரித்து இருக்க வேண்டாம். வாய்கொளுப்பு சீலையால் வடிந்துவிட்டது” என்றாள் அவரது மனைவி.

நாலைந்து நாட்கள் கழிந்து பரமசிவராவ் அவரது வீட்டில் சந்தித்தபோது இந்த நிகழ்ச்சி பற்றிப் பேசினேன். அப்போது சுப்பையாராவ் வாய்க்கொளுப்பு என்பது ஒரு கதை தெரியுமா? என்றார். கதையைச் சொன்னார்.

அந்த விவசாயியின் மனைவி ஒருநாள் செத்துப் போனாள். அவனுக்குச் சொந்த பந்தம் யாருமில்லை. பிள்ளை குட்டிகளும் இல்லை. அதனால் அவனே கனியாகச் சமைத்துக் சாப்பிட்டான்.

அவனுக்குக் குழம்பு வகைகளும் கறிகளும் வைக்கத் தெரியும். ஆனால் சாதம் வடிக்கத் தெரியாது. அவன் சாதம் வைத்தால் குழைந்து விடும் அல்லது பருக்கையாகக் கிடக்கும்.

ஒருநாள் அவன் சாதம் வடிப்பது எப்படி என்று பக்கத்து வீட்டுக் கிழவியிடம் கேட்டான். அவள் அவனது பரிதாப நிலையைப் பார்த்தாள். சாதம் வடித்துத் தருகிறேன் இதைப் பார்த்து வடித்துக் கொள் என்றாள்.

கிழவி அடுப்பில் உலை ஏற்றி அரிசியைக் களைந்து போட்டாள். உலை கொதித்தது.

கிழவி குந்தியிருந்து அடுப்பில் விறகைத் தள்ளினாள். நெருப்பு சரியாகப் பற்றவில்லை. அவள் ஊதுகுழலை வைத்து பூத்து பூத்து ஊதினாள். அந்த நேரத்தில் அவளுக்கு வாயு பரிந்தது.

இதைப்பார்த்த விவசாயி “கிழவி வாயு வாயிலிருந்து மட்டும் போனால் போதாதா? பின்னாலேயும் போகணுமா” என்று கேட்டான்.

விவசாயி இப்படிக் கேட்டதும் கிழவிக்குக் கோபம் வந்தது. உலையில் வெந்தும் வேகாமலும் இருந்த சாதத்தை அவன் மேல் துண்டில் கொட்டிவிட்டு வேகமாய் போய்விட்டாள்.

அவனோ ஆச்சி கோபப்படாதே; தெரியாமல் பேசிவிட்டேன்; என்றான் அவள் வேகமாய் நடக்க ஆரம்பித்தாள்.

விவசாயி மேல்துண்டைத் தூக்கிப் பிடித்துக்கொண்டு அவள் பின்னே நடந்தான். அவனது துண்டிலிருந்து சூடான கஞ்சித் தண்ணீர் சொட்டு சொட்டாய் வடிந்தது.

இதைப் பார்த்த இன்னொரு கிழவி இது ஏனப்பா என்ன நடந்தது என்று கேட்டாள்.

விவசாயி "வாய்க்கொழுப்பு சீலையில் வடியுது" என்றான்.

8

நாய் கேட்ட வரம்

வால்மீகி ராமாயணத்தில் உத்திரகாண்டத்தில் வரும் ஒரு கதையின் வேறு வடிவம் தான் இக்கதை. பட்டாபிஷேகம் முடிந்தபின் சீதையைக் காட்டுக்கு அனுப்புகிறான் இராமன். கோசல நாட்டில் சபை கூடுகிறது. பொதுமக்களுக்கு ஒரு அறிவிப்பை வெளியிடுகிறான் இலட்சுமணன்.

"இராமனை யார் வேண்டுமானாலும் நேரடியாக சந்தித்து குறைகளைச் சொல்லிக்கொள்ளலாம்" என்பது அந்த அறிக்கை. அதைக்கேட்ட நாய் இராமனின் சபைக்கு வந்தது. இராமனிடம் தன் குறையை வெளியிட வேண்டும் என லட்சுமணனிடம் சொன்னது. அவன் நாயை இராமனிடம் அழைத்துச் சென்றான். நாய் இராமனைப் பார்த்துப் பேசியது. "இந்த நகரத்தில் வாழ்கின்ற ஸவார்த்த சித்த பிராமணன் எந்தக் காரணமும் இல்லாமல் என்னை அடித்துவிட்டான்" என்றது.

இராமன் அந்த பிராமணனை அவைக்களத்துக்கு வரும்படி ஆணையிட்டான்.

அவன் வந்தான். இராமன் "இந்த நாயை ஏன் அடித்தீர்" என்று கேட்டான். அந்தப் பிராமணன் "நான் ஒரு யாகத்திற்குப் போனேன். எதுவும் கிடைக்கவில்லை. கோபத்தில் திரும்பும்போது இந்த நாய் பாதையில் கிடந்தது. புத்தி மழுங்கி இதை அடித்துவிட்டேன்" என்றான்.

இராமன் சபையோரிடம் இந்த பிராமணன் உண்மையை ஒப்புக்கொண்டுவிட்டான். இவனுக்கு என்ன தண்டனை கொடுக்கலாம் என்று கேட்டான். பிராமணனைத் தண்டிக்க எப்படிச் சொல்வது என்பதால் சபையோர் பேசவில்லை. மந்திரி ஒருவன் "அரசே நீயே முடிவு செய்" என்றான். ராமன் நாயிடம் கேட்டான். "நீயே இவனுக்குத் தண்டனை கொடு" என்றான். நாய் இராமா "இவனை ஒரு கோயில் தர்மகர்த்தா ஆக்கிவிடு" என்றது. இராமனும் அப்படியே செய்தான்.

நாய் சபையைப் பார்த்துப் பேசியது. "நான் பூர்வ ஜென்மத்தில் பிராமணனாக இருந்தேன். நியாயமான தர்ம சிந்தனையுடன் வாழ்ந்தேன். சிறு தவறு செய்து நாயாகப் பிறந்தேன். நான் இந்தப் பிராமணனை கோவில் தர்ம கர்த்தாவாக ஏன் ஆக்கச் சொன்னேன் தெரியுமா? கோவில் நிலங்களையும் கோவில் வருமானத்தையும் சரியாகப் பராமரிக்காதவன்தான் எல்லாவகை நரகத்திற்கும் மாறிமாறித் தள்ளப்படுவான். இந்தப் பிராமணன் அது போன்ற தவறைச் செய்யப்போகிறான். அதற்குரிய பதவி இது என்றது.

இந்தக் கதையை நான் ஒரு கல்லூரிக் கருத்தரங்கில் சொன்னேன். இதே கதை வேறு வேறு வடிவங்களில் உருமாறி என்னிடமே வந்தது. அந்த வடிவத்தில் ஒன்று கீழ்வருமாறு.

ஒரு ஊரில் பணி ஓய்வுபெற்ற பள்ளிக்கூட வாத்தியார் இருந்தார். அவருக்கு மனைவி கிடையாது. பிள்ளைகள் வெளியூரில் இருந்தார்கள்.

அவர் தானே சமைத்துச் சாப்பிட்டார். அவருக்குக் கருவாட்டுக் குழம்பு என்றாலே ரெம்பவும் பிடிக்கும். வேறு தொடுகறி வேண்டாம். ஆனால் அந்த ஊரில் கருவாடு எப்பவாவது வரும்.

ஒருநாள் கருவாடு வந்தது. அவர் வெள்ளிக்கிழமை என்றும் பார்க்காமல் வாங்கினார். நல்ல காரம் சேர்த்து கருவாட்டுக்குழம்பு வைத்தார், சாதம் வடித்தார்.

வாத்தியார் பதிவாகக் காலையில் சாப்பிடும் பழக்கம் இல்லை. பதினொரு மணிக்கு அவருக்கு சாப்பிட்டு ஆகவேண்டும். அதனால் பத்தரை மணிக்குச் சமையல் வேலையை முடித்து விட்டு குளிக்கப் போனார்.

போகும்போது வீட்டு முன் வாசலை அடைத்தார். ஆனால் பின் வாசலை அடைக்க மறந்துவிட்டார்.

வாத்தியார் குளித்துவிட்டு உடை மாற்றிக்கொண்டு அடுக்களைக்குப் போனார். பின் வாசல் திறந்து கிடந்தது. அதை அடைக்க மறந்தது தெரிந்தது. அவசரமாய் மீன் குழம்பு வைத்திருந்த சட்டியைப் பார்த்தார். சுத்தமாய் நக்கித் துடைத்த மாதிரி இருந்தது. சுற்று முற்றும் பார்த்தார். அவரது நாய் சப்புக்கொட்டிக் கொண்டு சாவாகமாய் படுத்திருந்தது.

அவருக்குப் புரிந்துவிட்டது. அந்த நாய்க்கும் கருவாட்டுக் குழம்பு என்றால் உயிர். அது நாய்ப்புத்தியைக் காட்டிவிட்டது.

அவருக்குப் பசிவேறு. கோபம் கட்டுக்கடங்காமல் போனது. கையில் கிடைத்த உலக்கையை எடுத்து நாயின் மேல் வீசினார். ஒரே அடியில் நாய் செத்துப் போனது.

அந்தநாய் பகல் நேரத்தில் ஊரைச் சுற்றிவிட்டு ஒரு சிவன் கோவில் வாசலில் கொஞ்சநேரம் படுத்துக் கிடப்பது வழக்கம். அதனால் செத்துப் போன இந்த நாய் நேராகக் கைலாசம் போய் விட்டது. சிவனை நேரடியாக சந்தித்தது.

நாய் சிவனைப் பணிந்து வணங்கியது. நாயே உனக்கு என்ன வேண்டும் என்று கேட்டார் சிவன்.

நாய் சொன்னது கேவலம் கருவாட்டுக் குழம்புக்காக என்னை அநியாயமாகக் கொன்ற வாத்தியாரைப் பழிவாங்க வேண்டும்! உலகத்திலேயே கொடுமையான தண்டனை அவருக்குக் கொடுக்க வேண்டும் என்றது.

சிவன் அப்படியானால் கிங்கரர்களை அனுப்பி வாத்தியாரை அடிநரகத்துக்கு அனுப்புவோம் என்றார்.

நாய் சிவனிடம் இதைவிடக் கொடுமையான தண்டனை கொடுங்கள் என்றது. சிவன் அப்படியானால் பாதாள லோகத்தில் நெருப்புக் குழியில் பாம்புக் கிணற்றில் தள்ளிவிடுவோமா என்று கேட்டார்.

நாய் இது போதாது. இதைவிடக் கொடுமையான தண்டனை வாத்தியாருக்குக் கொடுக்க வேண்டும் என்றது.

சிவனுக்கு ஒன்றும் புரியவில்லை. பாதாள நரகத்தைவிடக் கொடுமையானது ஒன்றுமில்லையே என்று யோசித்தார். உலக அனுபவம் உள்ள சித்திரகுப்தனைப் பார்த்தார்.

அவர் பெருமானே இந்த வாத்தியாரை அடுத்த ஜென்மத்தில் ஒரு கல்லூரியின் முதல்வராக்கிவிடலாம். இந்த நாய்க்கு இப்படி ஒரு வரத்தைக் கொடுத்து விடுங்கள். எனக்குத் தெரிந்து பூலோகத்தில் சீரழிந்து போகிற ஒரே தண்டனை இதுதான் என்றார்.

சிவனும் ஆமாம் நானும் கேள்விப்பட்டிருக்கிறேன். நம் நரகப் பட்டியலில் இந்தத் தண்டனையைச் சேர்த்துவிடு என்றார்.

9
இரண்டு பெண்டாட்டிக்காரன் புழுத்துச் செத்த கதை

●●●●●

ஒருமுறை (1989) பாளையன்கோட்டை தூய சவேரியார் கல்லூரியில் நடந்த ஒரு கருத்தரங்கின்போது கல்லூரி விருந்தினர் விடுதியில் நானும் நாட்டார் கதைகள் சேகரிப்பாளர் கழனிஊரானும் ஒரே அறையில் இருந்தோம். இரவு முழுக்க பேச்சு; கதை அப்போது அவர் சொன்ன கதைகளில் இரண்டு பொண்டாட்டிக்காரன் கதையும் ஒன்று. இதற்கு 6 பல்வேறு வடிவங்களைச் சொன்னார். இங்கு இரண்டு வடிவங்களைக் கொடுத்திருக்கிறேன்.

ஒரு ராஜாவுக்கு இரண்டு மனைவிகள். இரண்டு பேருக்கும் எப்போதும் பிடிக்காது. மூத்தவள் முன்னே போனால் இளையவள் பின்னை போவாள்.

மூத்தவள் இராஜாவின் அந்தப்புரத்தில் கீழ்த்தளத்திலும் இளையவள் மேல்தளத்திலும் இருந்தார்கள்.

ஒருநாள் அரசன் வெகுஜோராக அலங்காரம் செய்துவிட்டு இளையவள் இருந்த

மேல் தளத்துக்குப் புறப்பட்டார். அப்போது முதல் சாமம் முடிந்துவிட்டது.

அரசன் போவதைப் பார்த்த மூத்தவள் அவனைப் பிடித்துக் கொண்டாள். என் ஆசை இன்னும் தீரவில்லை. தீர்த்துவிட்டு மூன்றாம் சாமத்துக்கு அவளிடம் போகலாம் என்றாள்.

அரசனோ "இரண்டாம் சாமத்துக்கு வருவதாக அவளிடம் சொல்லிவிட்டேன்" என்று சொல்லியபடி மாடிப்படியில் பாதியில் ஏறிவிட்டான். மூத்தவள் விடவில்லை. அவனது காலைப் பிடித்துக் கொண்டாள்.

இந்த இழுவலியைப் பார்த்து இளையவள் வந்தாள். அவள் மேல்தளத்தில் நின்றபடி அரசனின் கைகளையும் தோளையும் பிடித்துக்கொண்டு மேலே தூக்கினாள். இப்படி இழுவலி நிற்காமல் தொடர்ந்தது.

இந்த நேரத்தில் அரண்மனை அந்தப்புரத்திற்கு வந்த திருடன் ஒருவன் மூத்தவளும் இளையவளும் மாறிமாறி அரசனை இழுக்கும் காட்சியைப் பார்த்தான்.

திருடன் வந்த காரியத்தை மறந்துவிட்டு மூத்தவளுக்கும் இளையவளுக்கும் நடந்த இழுவலியைக் கவனித்தான்.

இரண்டாம் சாமம் முடிந்து மூன்றாம் சாமம் ஆரம்பமானது. நேரம் வெளுக்க ஆரம்பித்தது. தோட்டத்திலிருந்த அரண்மனைக் காவலர் திருடனைப் பிடித்துக் கொண்டனர்.

திருடன் மந்திரியிடம் இழுத்துச் செல்லப்பட்டான். திருடனின் வாய்வழி அரசனின் அந்தப்புறக் கதையைக் கேட்டான் மந்திரி. அப்போது அரசனும் வந்துவிட்டான்.

மந்திரி திருடனுக்கு 16 கசையடியும் ஆறுமாத சிறையும் கொடுக்க உத்தரவிட்டார். அரசனோ வேண்டாம் இவனுக்கு இதைவிடக் கடுமையான தண்டனை கொடுக்கிறேன். அரசாங்க செலவில் இரண்டு பெண்களை ஒரேநாளில் திருமணம் செய்து வைக்க வேண்டும்; ஒரே வீட்டில் குடும்பம் நடத்த வேண்டும் என்றான்.

திருடன் பதைபதைத்தான். "அரசே வேண்டாம். என்னைக் கழுவிலே ஏற்றுங்கள். வெட்டிக் கழுகுக்குப் போடுங்கள். இரண்டு பொண்டாட்டிக்காரனாக நான் அவஸ்தைபடமாட்டேன். இரண்டு பொண்டாட்டிக்காரன் புழுத்துச் செத்த கதை தெரியுமா அரசே" என்றான்.

அரசன் அந்தக் கதையைச் சொல் பார்ப்போம் என்றான். திருடனும் கதை சொன்னான்.

ஒரு ஊரில் விவசாயி ஒருவன் இருந்தான். அவனுக்கு இரண்டு பெண்டாட்டிகள். அவர்கள் ரெண்டு பேரையும் சமாளிக்க அவன் பாடாய் பட்டுக் கொண்டிருந்தான்.

இரண்டுபேரும் போட்டிபோட்டுக் கொண்டு அவனுக்கு உபசாரம் பண்ணினார்கள். அதனால் அவனுக்குத் தொல்லையே தவிர வேறு நன்மை இல்லை.

ஒருமுறை அந்த விவசாயி மாடுமுட்டிக் காலில் காயம்பட்டு வீட்டுக்கு வந்தான். வைத்தியன் மருந்து வைத்து கட்டிவிட்டு பத்து நாளில் புண் ஆறிவிடும் என்றான்.

பொண்டாட்டிகளுள் போட்டி; அவனை யார் கவனிப்பது என்று. பக்கத்து வீட்டுக்காரன் ஆளுக்கு இரண்டு நாட்கள் என்று முறைவைத்துக் கவனித்துக் கொள்ளுங்கள் என்று தீர்ப்புக் கூறினான்.

முதல் இரண்டு நாட்கள் மூத்தவள் கவனித்தாள். அவளது பராமரிப்பில் புண் குணமானது. இதை மற்றவர்களும் சொன்னார்கள்.

இளையவளுக்கு இது பொறுக்கவில்லை. அன்று ராத்திரி எல்லோரும் உறங்கும் நேரத்தில் ஒரு ஊசியை எடுத்து கணவனின் புண்ணில் குத்திவிட்டு படுத்துவிட்டாள்.

அடுத்தநாள் காலையில் இளையவள் பக்கத்து வீட்டுக்காரனிடம் மூத்தவள் கவனித்த லட்சணத்தைப்பார். புண்ணில் ரத்தம் வருகிறது என்றாள்.

இளையவள் அவளின் பங்குக்கு இரண்டு நாட்கள் கவனித்தாள். அப்போது கணவனின் புண் குணமான செய்தியை எல்லோரிடமும் சொல்லி பெருமைப்பட்டாள்.

மூத்தவள் இதைக் கேட்டு அன்று ராத்திரி ஊசியால் கணவனின் புண்ணைக் குத்தினாள்.

இப்படியாக புண் குணமாவதும், ரெண்டு பேரும் மாறிமாறி புண்ணில் குத்துவதுமாக நடந்தது. விவசாயியின் கால் அழுகிப்போய் பத்துநாளில் புழுத்துச் செத்தான்.

திருடன் இந்தக் கதையைச் சொல்லிவிட்டு அரசசே நான் இனித் திருடமாட்டேன். சத்தியம் செய்கிறேன். நான் பரம்பரைத் திருடன் தான். எனக்கு ரெண்டு பொண்டாட்டி வேண்டாம் என்றான்.

அரசன் அவனை மன்னித்துப் பணம் கொடுத்து அனுப்பி வைத்தான்.

10

வைகாசி கதை

●●●●●

இந்தக் கதை தோல்பாவைக்கூத்தில் நிகழ்த்திக் காட்டப்பட்டது. தென் மாவட்டத் தோல்பாவைக்கூத்துக் கலைஞர்களிடம் 'வைகாசி' என்ற பெண் பாத்திரம் படம் உண்டு. இது தமாஷ் பாத்திரம். பெரும்பாலும் நல்லதங்காள் கூத்தின் இடை நிகழ்ச்சியாக இந்தக் கதை நடத்தப்படும். வைகாசி பாத்திரத்தின் படமும், ஒரு இராமாயண முனிவர் ஒருவரின் படமும் காட்டப்படும். இந்த நிகழ்வு சப்தபேதம், அலட்டல் இல்லாத அசைவுகள் சிரிப்பை உண்டாக்கும். இந்தக் கதை வருமாறு.

ஒரு ஊரில் வைகாசி என்ற பெண் இருந்தாள். அவள் படு கஞ்சத்தனம் உடையவள். அவள் கணவனே தர்மசிந்தை உடையவன். அந்த ஊருக்கு வயதான துறவிகள் வந்தால் வலியப்போய் வீட்டிற்கு அழைத்து வருவான்.

வைகாசியோ சந்நியாசிகளுக்குப் பச்சைத் தண்ணீர் கொடுக்க கணவனை அலைக்கழிப்பாள். கணவன் கெஞ்சி கெஞ்சி பேசி எதாவது வாங்கிக் கொடுப்பான்.

ஒருநாள் அந்தக் கணவன் வயதான பண்டாரத்தை வீட்டிற்கு அழைத்து வந்தான். வைகாசியிடம் கெஞ்சிக் கூத்தாடி அவருக்குச் சாப்பாடு போட அனுமதி வாங்கினான்.

வைகாசியும் பெரிய மனசு பண்ணி பண்டாரத்திடம் சுவையான குழம்புவகைகளுடன் சாதம் தருவதாகக் கூறினாள். கணவனுக்கு சந்தோஷம்.

பண்டாரத்தைத் திண்ணையில் உட்காருமாறு சொன்னான் கணவன். வைகாசி நல்ல தும்புள்ள வாழையிலை வாங்கி வாருங்கள்; நான் சமைத்து வைக்கிறேன் என்றாள்.

வைகாசி அன்று கணவனுக்கு நல்ல பாடம் கற்பிக்க வேண்டும் என்று தீர்மானித்தாள். கணவன் வாழை இலையை வாங்கப் போனதுதான் தாமதம். மனைவி உரலில் உலக்கையைப் போட்டு இடிக்க ஆரம்பித்தாள். ஒப்பாரி வைத்தாள்; அழுதாள்.

திண்ணையில் இருந்த பண்டாரம் இதைப் பார்த்து "பெண்ணே ஏன் அழுகிறாய்" என்று கேட்டான். அதற்கு அவள் "ஐயோ பண்டாரமே உனக்கு வேண்டிதான் அழுகிறேன்" என்று சொல்லிவிட்டு மீண்டும் அழுதாள்.

பண்டாரம் "விவரமாய் சொல் தாயே. எனக்காக ஏன் அழுகிறாய் சொல்லம்மா" என்றான்.

வைகாசி அழுதுகொண்டும் மூக்கைச் சிந்திக் கொண்டும் பேச ஆரம்பித்தாள்.

"ஏ பண்டாரமே என் கணவனுக்கு இதுவே தொழிலாகிவிட்டது. பண்டாரத்தை அழைத்து வருவான். சாப்பிடச் சொல்லுவான். பண்டாரம் சாப்பிடும்போது இந்த உலக்கையால் அடித்துக் கொன்றுவிடுவான். பிறகு அந்தப் பண்டாரம் சம்பாதித்த பொருட்களை எல்லாம் எடுத்துக் கொள்ளுவான். இப்படி எத்தனை பேரை இந்த உலக்கையால் கொன்றிருக்கிறான்" என்று சொல்லிக்கொண்டு அழ ஆரம்பித்தாள்.

பண்டாரம் மூட்டை முடிச்சுகளை எடுத்துக் கொண்டான். நாலுகால் பாய்ச்சலில் வைகாசியின் வீட்டிலிருந்து ஓட ஆரம்பித்தான்.

வைகாசி, "சொல்லிக்கொள்ளாமல் ஓடுகிறாயே, பண்டாரம். கணவன் வந்தால் என்ன சொல்ல வேண்டும்" என்றாள்.

பண்டாரமோ "அம்மா நல்லா இருக்கணும் நீ என்னைக் காப்பாத்தின தாயே" என்று சொல்லிக் கொண்டே ஓடினான்.

கொஞ்ச நேரத்தில் கணவன் வந்தான். திண்ணையில் பண்டாரத்தைக் காணவில்லை. மனைவியைப் பார்த்தான்.

வைகாசி கணவனிடம் "ஐயா அதைக் கேட்காதீர்கள். அந்தப் பண்டாரத்துக்குச் சாப்பாடு மட்டும் போதாதாம். இந்த உலக்கையும் வேண்டுமாம்.

இந்த உலக்கை என் பாட்டி தந்தது. எத்தனையோ வருஷமா என் குடும்பத்தில் இருப்பது இதைத் தர மாட்டேன் என்றேன். கோபித்துக் கொண்டு போய்விட்டான்" என்றாள்.

கணவன் "அடி அறிவு கெட்டவளே. எத்தனை உலக்கை வேண்டுமானாலும் உனக்கு வாங்கித் தருவேனே. பண்டாரம் கேட்டால் இதைக் கொடுத்துரிக்க கூடாதா? புண்ணியம் சம்பாதிக்க தெரியாதவளே" என்று அங்கலாய்த்தான்.

மறுபடியும் மனைவியிடம் சரி இந்த உலக்கையைத் தா அவனிடம் கொடுத்து அழைத்து வருகிறேன் என்று சொல்லிவிட்டு உலக்கையுடன் பண்டாரத்தைத் தேடிப் போனான் விவசாயி ஓடி வருவதைப் பண்டாரம் பார்த்தான். "அடபாவி இங்குமா துரத்தி வந்து அடிக்கப் போகிறாய்" என்று சொல்லிக் கொண்டு தலைதெறிக்க ஓடியே போய்விட்டான்.

11

கோழிக்கறியும் உளுந்துஞ் சோறும்

இந்தக் கதை தோல்பாவை கூத்து, மச்சவல்லபன் போர், லவகுசா நிகழ்ச்சியில் நடத்தி காட்டுவார்கள். சுப்பையாராவுடன் இக்கதை நடத்துவது நின்றது. நாடகியப்படுத்தியவாறு அவர் காட்டிய நிகழ்ச்சி ஆடியோ என்னிடம் உள்ளது. இந்தக் கதையை நான் கழனிஊரானிடம் சொன்னபோது இதுபோல் வேறு கதைகளும் உண்டு. இந்தக்கதையின் பழைய வடிவம் உண்டு என்றார். அவர் கஞ்சத்தனத்தைப் பற்றிய பத்துக்கதைகளைச் சேகரித்திருப்பதாயும் சொன்னார்.

தோல்பாவைக்கூத்தை நிகழ்த்தும் கணிகர்களிடம் உளுந்தஞ்சோறும் கோழிக்குழம்பும் மிக முக்கியமான உணவு. அவர்களின் பஞ்சாயத்து முடிந்ததும் இந்த உணவு கொடுப்பது என்ற மரபு உண்டு.

ஒரு ஊரில் கஞ்சக்கணவனும், மனைவியும் இருந்தார்கள். அவர்கள் வகைவகையாகச் சாப்பிடவும் மாட்டார்கள். நல்ல துணிகளை உடுக்க மாட்டார்கள்.

ஒருநாள் கணவன் மனைவியிடம் “உளுந்தஞ்சோறும் கோழிக்குழம்பும் சாப்பிட்டு ரொம்ப நாள் ஆச்சு” என்றான். மனைவியும் எனக்கும் ஆசைதான் என்றாள்.

கணவன் நாட்டுக்கோழியைப் பிடித்து கொன்று வகையாக்கி மனைவியிடம் தந்தான். மனைவி உளுந்தை வறுத்து சோறு ஆக்கினாள்.

இரண்டு பேருக்கும் பயம். அன்று சொந்தக்காரர்களோ தெரிந்தவர்களோ சோத்துக்கும் கோழிக்கறிக்கும் பங்கு கேட்க வந்து விடக்கூடாது என்று.

மனைவி கணவனுக்குத் தைரியம் சொன்னாள். கணவன் நான் குளித்துவிட்டு வருகிறேன் தோட்டத்தில் இலையை அறுத்துவை என்று சொல்லிவிட்டு போனான்.

கணவனும் மனைவியும் பேசிக்கொண்டிருந்ததை ஒருவன் உற்றுக் கேட்டான். அவன் இந்த கஞ்சனுக்கு ஒரு வகையில் தூரத்து உறவு.

கஞ்சனின் வீட்டு கோழிக்கறியின் வாசனை அவன் மூக்கைத் துளைத்தது. அவனுக்கு இருப்பு கொள்ளவில்லை. எப்படியாவது கஞ்சனின் வீட்டில் சாப்பிட வேண்டும் என்று முடிவு கட்டினான்.

கஞ்சக் கணவன் குளித்துக் கொண்டிருந்த குளத்துக்குப் போனான். கஞ்சனைப் பார்த்து உறவு கொண்டாடினான்.

“சித்தப்பா சொகமா இருக்கியா? என்னத் தெரியலையா உன் பெரியப்பா மகனுக்கு வீட்டுக்காரிக்கு ஒன்றுவிட்ட தம்பி” என்று பேச ஆரம்பித்தான்.

சித்தப்பா நீ பெரிய பரோபகாரியாமே. கேட்டிருக்கனே என்றான்.

கஞ்சன் பாராமுகமாக இருந்தான். புதியவன் விடவில்லை. பேசிப்பேசி நச்சரித்து விட்டான். கஞ்சன் குளி குளி என்று குளித்தான். புதியவன் அவன் குளிப்பது வரை காத்திருந்தான். கஞ்சன் ஒருவழியாக குளித்து முடித்தான்.

கஞ்சனுக்குப் புதிய சொந்தக்காரனை என்ன செய்வது என்று தெரியவில்லை; திண்ணையில் உட்கார வைத்தான்.

அடுக்களைக்குப் போய் ரகசியமாய் மனைவியிடம் "அடியே என் சொந்தக்காரப் பாவி விடாக்கண்டன் வந்திருக்கிறான். இவன் இன்று போகவும் மாட்டான்! இப்படியே இருக்கட்டும்; இருட்டினால் உறங்கிவிடுவான். அதன் பிறகு நான் சாப்பிடுவேன். நீ உன் பங்கை சாப்பிட்டுவிடு என்றான்.

கஞ்சனின் மனைவி சொன்னாள் "நான் அடுக்களையில் நின்று கொண்டே சாப்பிடுகிறேன். நீ அந்த புதியவனுடன் படுத்துக்கொள். நீங்கள் ரெண்டு பேரும் உறங்கிய பின் உன் பெருவிரலில் ஒரு கயிற்றைக் கட்டிவிடுவேன். நான் சாப்பிட்டதும் கயிற்றை இழுப்பேன். நீ அடுக்களைக்கு வந்து சாப்பிட்டு விடு" என்றாள்.

கஞ்சன் திண்ணைக்கு வந்தான். "இந்த வீட்டில் இன்றும் பட்டினிதான். உன் கர்மம் இங்கேவந்து மாட்டிக்கொண்டாய்" என்றான்.

புதியவன் இருக்கட்டும். உன் பக்கத்திலேயே நானும் கிடக்கிறேன் என்றான்.

இரண்டு பேரும் உறங்க ஆரம்பித்தார்கள். கஞ்சன் நல்ல உறங்கிவிட்டான்.

கஞ்சனின் மனைவி உளுந்தஞ்சோற்றையும் கோழிக்கறியையும் தின்றுவிட்டு திண்ணைக்கு வந்தாள். கணவனின் கால் என்று நினைத்து புதியவனின் காலில் கயிற்றைக் கட்டிவிட்டு அடுக்களைக்குப் போய் கயிற்றை இழுத்தாள்.

புதியவன் காலில் கயிறு கட்டப்பட்டதையும் அது இழுபடுவதையும் பார்த்து இதில் ஏதோ உள்ளது என நினைத்து அடுக்களைக்கு போனான்.

மனைவி அவனைக் கணவன் என்று நினைத்து சோற்றையும் குழம்பையும் கொடுத்தாள். அவன் வாய் பேசாமல் எல்லாவற்றையும் தின்று விட்டான்.

பின் மெதுவாகத் திண்ணையில் வந்து படுத்துவிட்டான். அடுத்தநாள் காலையில் கஞ்சன் அடுக்களைக்குப் போனான். சட்டியில் ஏதுமில்லை.

மனைவி அவனிடம் நேற்று எல்லாவற்றையும் நீதானே தின்றாய் என்றாள்.

கஞ்சனுக்கு தான் ஏமாந்தது புரிந்தது. ஒரு கம்பை எடுத்துக்கொண்டு திண்ணைக்கு ஓடினான்.

ஏமாற்றுக்காரன் இப்படி அடிக்க வருவான் என்பதை முதலிலேயே எதிர்பார்த்திருந்தான். கஞ்சனுக்குபிடி கொடுக்காமல் ஓடிவிட்டான்.

12

பொழுது விடிந்தால் தெரியும் செத்தது யாரென்று

கட்டுவாக்கிய நூலில் உள்ள கதை. தமிழகத்தின் ஒரு சாதியில் கட்டுவாக்கியமாகவும் வழங்குகிறது. இதுபோல் மாமியார் மருமகள் பிரச்சனையை அடிப்படையாகக் கொண்ட வேறு கதைகளும் உண்டு.

கட்டிடத் தொழிலாளி ஒருவனின் தாயாரும் அவனது மாமியாரும் ஒரே வீட்டில் இருந்தார்கள். தொழிலாளியின் மனைவிக்கு தன் வீட்டில் மாமியார் இருப்பது பிடிக்கவில்லை. தன் அம்மாவிற்குச் செய்ய வேண்டிய உபசாரம் மாமியாரால் கெட்டுப் போகிறதே என்று நினைத்தாள். ஆனால் மாமியாரைப் பற்றி கணவனிடம் கோள் மூட்டினாள். “என் அம்மாவிடம் உன் அம்மா எப்போதும் சண்டை போட்டுக் கொண்டிருக்கிறாள்” என்றாள்.

கணவன் மனைவியிடம் “அப்படியானால் என் அம்மாவைக் கொன்றுவிடு” என்று சாதாரணமாகச் சொன்னான். அவளுக்கு அவன் சொன்னதில் நம்பிக்கை இல்லை.

மீண்டும் மீண்டும் கேட்டாள். அவன் "உன் பிரச்சனை தீர வேண்டும் என்றால் என் அம்மாவைக் கொல்ல வேண்டியதுதான்" என்றான். அவள் "அப்படியானால் இன்று இரவு உன் அம்மா உறங்கும்போது தலையில் அம்மிக்கல்லைப் போட்டு கொன்று விடுகிறேன்" என்றாள். அவன் "அது நல்லவழி" என்றான்.

தொழிலாளியின் மாமியாரும் அம்மாவும் ஒரே இடத்தில் உறங்குவது வழக்கம். மனைவி தன் மாமியாரை இரவில் எப்படி கொல்லலாம் என்று யோசித்தாள். இரண்டு பேரை அடையாளம் காண்பது எப்படி என்ற சந்தேகம் வந்தது. கணவனிடம் கேட்டாள். அவன் "என் அம்மா காலில் ஒரு கயிற்றைக் கட்டிவிடு. இரவு அவளை அடையாளம் கண்டு அவள் மேல் கல்லைப் போட்டுவிடு" என்றான்.

அவளும் அப்படியே செய்தாள். அம்மிக் குழவியையும் எடுத்து வைத்துக் கொண்டாள்.

முன்னேற்பாட்டுடன் மனைவி செயல்பட்டு கொண்டிருப்பதைப் பார்த்துக் கொண்டிருந்த கணவன் அவள் படுக்கப்போனதும் பூனை போல் மெதுவாக நடந்து தன் அம்மா படுத்திருந்த இடத்துக்குப் போனான். அவள் காலில் கட்டப்பட்டிருந்த கயிற்றை அவிழ்த்து மனைவியின் அம்மாவின் காலில் கட்டினான். தன் அம்மாவை மெதுவாக தூக்கி அப்புறத்தே கிடத்தினான்.

பின்னிரவுவரை விழித்திருப்பதற்கு மனைவிக்குப் பொறுமை இல்லை. அம்மிக்கல்லைத் தூக்கி வந்தாள். கயிறு கட்டப்பட்ட காலை அடையாளம் கண்டாள். கல்லை அவள் தலை மேல் எறிந்தாள். பெரும் சப்தம் கேட்டது. பிறகு அமைதி. மனைவி கணவனிடம் வந்தாள். கணவன் உறங்கியது போல் நடித்தான்.

அவனைத் தட்டி எழுப்பினாள். வேலை முடிந்தது. உன் அம்மா செத்துவிட்டாள் என்றாள். கணவன் "பொழுதுவிடிந்தால் தானே செத்தது யார் என்று தெரியும் என்றான், இது தமிழில் கட்டு வாக்கியமாக வழங்குகிறது.

13

சுடுகாட்டுக்குப் போன பிணம் திரும்பி வந்தது

கணவனை ஏமாத்தி தன் கள்ளப்புருஷனுடன் சோரம் போகும் பெண்களைப் பற்றி இந்திய மொழிகளில் நிறையக் கதைகள் உள்ளன. தனிப்பாடல் திரட்டிலும் இது பற்றிக் குறிப்பு உண்டு. சுப்பையாராவிடம் ஒருமுறை இதுபற்றி பேசியபோது சோரம் போகும் பெண்களைப் பற்றி நாலைந்து கதைகள் சொன்னார். ஒன்று இது.

ஒரு ஊரில் சிறு விவசாயி இருந்தான். அவன் மனைவி பேரழகி. அவன் விவசாயக் கூலியாகவும் இருந்தான். நல்ல உழைப்பாளி. பகல் முழுக்க வேலை செய்வான். வீட்டுக்கு வரவே மாட்டான். இதனால் அவள் சுதந்திரமாக இருந்தாள். இஷ்டம்போல் நடந்தாள். அவளுக்கு நிறைய ஆண்களுடன் தொடர்பு வந்தது. இதைத் தொழிலாக மாற்றிவிட்டாள். அவளுக்கு வருமானமும் வந்தது.

அவளை விபச்சாரி என்று சிலர் சொன்னார்கள். கணவனின் காதுக்குப்

போனது. அவளைக் கண்டித்தான். சண்டை போட்டான். அவள் “நீ கேட்டதெல்லாம் பொய்” என்றாள். அவனை அவள் பொருட்டாகவும் மதிக்கவும் இல்லை.

அவள் தினமும் ஊரின் எல்லையில் உள்ள காளி கோவிலுக்குப் போவாள். கணவனுக்கு அது தெரியும். அவளுக்குத் தெரியாமல் அவனும் போனான். ஒருபக்கம் மறைந்து நின்றான். அவள் காளியிடம் “காளியே என் கணவனுக்கு கண் தெரியாமல் போகட்டும். நீ தான் கருணை வைக்க வேண்டும். உனக்குப் பொங்கல் இடுகிறேன்” என்றாள். கணவன் இதைக்கேட்டான். அவளுடைய வேண்டுகோளை ஏற்று நடிக்க வேண்டும்; திட்டமிட்டு அவளைக் கொல்ல வேண்டும் என்று தீர்மானித்தான்.

அடுத்தநாள் காலையில் கணவன் கண்விழித்ததும் கண் தெரியாதவன் போல் நடித்தான். அவளுக்கு மகிழ்ச்சி. தன் பிரார்த்தனை பலித்தது என நினைத்தாள். தன் காதலர்களை இனி தாராளமாய் வரவழைக்கலாம் என்று சொல்லிக் கொண்டாள். அன்று பகலிலும் இரவிலும் மூன்று நேரங்களில் மூன்று பேரையும் வரும்படி சொன்னாள். அவர்கள் கிராமத்து கணக்கன், வைத்தியன், பாளையக்காரன்.

மூன்று பேருக்கும் பிடித்தமான உணவைச் சமைத்தாள். தனித்தனியே குழம்புகள் வைத்தாள். அவர்கள் கைநிறையப் பணம் கொடுப்பார்கள். இப்படியெல்லாம் கணக்குபோட்டு அவள் சமைக்க ஆரம்பித்தாள். அவன் எல்லாவற்றையும் பார்த்துக் கொண்டிருந்தான்.

அவன், அவளுக்கும் மற்றவர்களுக்கும் சரியான பாடம் கற்பிக்க திட்டமிட்டான். காத்திருந்தான். அவள் மூன்று பேருக்கும் சாப்பாட்டைத் தனியே எடுத்து வைத்தாள். எல்லாம் சரியாக இருக்கிறதா என்று பார்த்துக் கொண்டாள். குளிக்கப் போனாள்.

கணவன் அடுக்களைக்குப் போனான். மூன்று சாப்பாட்டுப் பாத்திரத்திலும் வசநாரி என்னும் விஷத்தைக் கலந்தான். அந்த விஷத்தின் மகிமையே அது கலந்த உணவின் நிறம் மாறாது. சுவையும் மாறாது. இதைக் கச்சிதமாக செய்துவிட்டு தன் அறையில் வந்து படுத்துக்கொண்டான்.

குளித்துவிட்டு வந்த மனைவி தன்னைச் சிங்காரித்துக்கொண்டாள். கொஞ்ச நேரத்தில் கிராமத்து கணக்கன் வந்தான். அவள் அவனை வரவேற்று சாப்பிடச் சொன்னாள். சாப்பிட்டான்; உடனே விஷத்தில் விழுந்த விட்டில் பூச்சியைப்போல் உயிரை விட்டான்.

அவளுக்கு ஒன்றும் புரியவில்லை. அவன் பிணத்தை ஒரு அறையில் மறைத்து வைத்தாள். பின் வைத்தியன் வந்தான், சாப்பிட்டான். இறந்தான். பாளையக்காரனும் அப்படியே செத்துப் போனான். மூன்று பேரையும் மூன்று அறைகளில் போட்டாள். மூன்று பேருக்கும் நெற்றியில் நீண்ட நாமம் போட்டாள். துணியால் மூடினாள்.

மூன்றுபேரிடமிருந்த பணத்தை எடுத்துக் கொண்டாள். கணிசமாக இருந்தது. அவள் தன் வீட்டுக்கு அருகில் குடியிருந்த கூலிக்காரனை அழைத்தாள். அவன் நல்ல பலசாலி. கணக்கனின் பிணத்தைக் காட்டி இதை ஊரின் எல்லையில் உள்ள பாழும் கிணற்றில் போட்டுவிடு. 50 பணம் தருகிறேன் என்றாள். அவன் பத்துநாள் வேலை செய்தால் இந்தக் கூலி கிடைக்காதே என்று நினைத்தான். அவள் சொன்னபடி பிணத்தைத் தூக்கிக்கொண்டு போய் ஊர்க்கிணற்றில் போட்டுவிட்டு வந்தான்.

கூலியைப் பெற அவளிடம் போனபோது "இதோ நீ போட்ட பிணம் திரும்பி வந்துவிட்டது. மறுபடியும் இதை எடுத்துக்கொண்டு போ; கிணற்றில் போட்டதும் ஒரு கல்லையும் போடு" என்று சொன்னாள். அவள் சொன்னபடியே செய்துவிட்டு கூலி வாங்க வீட்டிற்கு வந்தான்.

அங்கே மறுபடியும் நாமம் தரித்த பிணம் கிடந்தது. அவள் தலையில் அடித்துக் கொண்டாள். "அடே பிணத்தைக் கிணற்றில் போட்டுவிட்டு கல்லை போடச் சொன்னேனே கேட்கவில்லையா? நான் சொல்வதைக் கேள். இந்தப் பிணத்தைக் கையையும் காலையும் கட்டிவிடு, தூக்கிக்கொண்டு போ" என்றாள். அவன் முனங்கிக் கொண்டே பிணத்தைக் கட்டி எடுத்துக்கொண்டு போனான். கிணற்றில் போட்டான்.

அ.கா. பெருமாள்

அவன் உடனே திரும்பவில்லை. விடியும் என காத்திருந்தான் சூரியன் உதிக்க ஆரம்பித்தது. சரி இனி கூலி வாங்கப் போகலாம் என்று நினைத்தான். அப்போது நீண்ட நாமம் தரித்த ஒருவன் நடந்து வந்து கொண்டிருந்தான். கூலியாள் திகைத்துப் போனான்.

அங்கே நடந்து வந்தவன் ஒரு யாசகன். ஊருக்கு புதியவன். நெற்றியில் நீண்ட நாமம். மூடனுக்கு தாங்க முடியாத கோபம். "அடே மறுபடியும் எழுந்து விட்டாயா" என்று சொல்லிக் கொண்டே அவன் மீது பாய்ந்தான். அவன் கழுத்தை நெரித்தான். யாசகனுக்கு ஒன்றும் புரியவில்லை. குய்யோ முறையோ எனச் சப்தமிட்டான்.

அக்கம் பக்கத்தில் உள்ளவர்கள் எல்லாம் ஓடி வந்தார்கள். தலையாரியும் வந்தான். மூடனைப்போல் நடந்துகொள்கிறாயே என்று அவனை பிடித்தனர். அவன் நடந்த நிகழ்ச்சியைச் சொன்னான். கிணற்றில் எட்டிப் பார்த்தார்கள் எல்லாரும்; மூன்று பிணங்கள்.

தலையாரி விவசாயியின் வீட்டிற்குப் போனான். அந்தப் பெண்ணைப் பிடித்தான். அடித்தான். அவளை நீதிபதியிடம் இழுத்துச் சென்றான். அவர் அவளைத் தூக்கில் போடச் சொன்னார்.

14

தும்மட்டிக்காய் பட்டன்

தேவன் எழுதிய துப்பறியும் சாம்பு கதை படித்தவர்களுக்குத் தும்மட்டிக்காய் பட்டன் கதை அந்நியமாகத் தெரியாது. இதுபோன்ற கதைகளைப் படித்துத்தான் தேவன் எழுதினாரா என்பதும் தெரியாது. இந்தக் கதையை எனக்கு தேவதாசியாக இருந்த சின்னக்குட்டிதான் முதலில் சொன்னாள். குருட்டாம் போக்கில் சொல்லும் சொலவடை பலிக்கும் என்பது நம்பிக்கை. அது விதியை நம்பிச் சொல்லப்பட்டதா அல்லது தற்செயலாக நடப்பதை நம்பி உருவானதா என்றும் தெரியவில்லை. இந்தக் கதைக்கு பல்வேறு வடிவங்கள் உண்டு. அதில் ஒன்று இது.

ஒரு ஊரில் குட்டி சோதிடன் இருந்தான். அந்த ஊர் ராஜாவிடம் அடிக்கடி போவான். சோதிடம் சொல்லுவான். சில சமயம் பலிக்கும்.

ராஜாவுக்குச் சோதிடன் பேரில் நம்பிக்கை உண்டு. வெகுமதியும் கொடுப்பான். சோதிடனின் மனைவி அதைப் பெருமையாகச் சொல்லிக்

கொண்டாள். சோதிடனின் பக்கத்து வீட்டில் சோம்பேறி ஒருவன் இருந்தான். அவன் அறிவிலியும் கூட.

அந்த முட்டாளின் மனைவிக்கு ஆதங்கம், தன் கணவனும் சோதிடம் படித்திருந்தால் இப்படி பெருமை பேசலாமே. பணமும் கிடைத்திருக்கும் என்று நினைத்தாள். தன் கணவனிடம் நீயும் சோதிடம் படித்துவா என்றாள். ஒருநாள் ருசியான கூட்டாஞ்சோற்றைக் கட்டிக் கொடுத்தாள். போய்வா என்றாள்.

சோம்பேறி கட்டிச் சோற்றுடன் காட்டுவழி போனான். ஏன் போகிறோம் எதற்குப் போகிறோம் என்று தெரியாமல் காட்டுவழி போனான். ரெம்பதூரம் சென்று விட்டான். களைத்தான். ஒரு கிணற்றைக் கண்டான். அங்கே அமர்ந்தான். சாதத்தைச் சாப்பிட்டான். தரையில் படுத்துத் தூங்கிவிட்டான்.

எதோ சப்தம் கேட்டு கண் விழித்தான். ஒரு எலி வளையைத் தோண்டிக் கொண்டிருந்தது. அதைப் பார்த்து எலி வளையைத் தோண்டக்கண்டேன் என்று தனக்குள் சொல்லிக்கொண்டான். ஒரு புற்றிலிருந்த ஆந்தை அவனைப் பார்த்து விழித்தது. இவன் புற்றில் ஆந்தை விழிக்கக் கண்டேன் என்று சொன்னான். அப்போது உயரமான பனைமரம் ஒன்றின் ஓலை சலசலத்தது. அதைப் பார்த்து நெட்டை மரம் நிற்கக் கண்டேன் என முனங்கினான். அப்போது ஒரு மான் ஓடியது. இவன் மான் மான் ஓடக்கண்டேன் எனச் சொல்லிக்கொண்டான். எல்லாவற்றையும் அவன் மனப்பாடம் செய்து கொண்டான்.

சோம்பேறி தான் பார்த்த விஷயங்களைத் திருப்பித் திருப்பிச் சொல்லிக் கொண்டான். சரி இனி இவ்வளவு போதும் போவோம் என நினைத்தான், போனான். மனைவியிடம் சோதிடம் படித்ததாகச் சொன்னான். அவள் அவனுக்கு உபசாரம் செய்து நல்ல சாப்பாடு போட்டாள்.

சோம்பேறியின் மனைவிக்கு சந்தோஷம் தாங்கவில்லை. பக்கத்து வீட்டுக்காரியிடம் அவன் சோதிடம் படித்ததைச் சொன்னாள். அன்று இரவு மனைவி கணவனைப் படுக்கை அறைக்கு அழைத்துச் சென்றாள். கட்டிலில் உட்கார வைத்தாள். அவனும் அமர்ந்தான். இந்தச் சமயத்தில் அந்த வீட்டிற்கு இரண்டு

திருடர்கள் வந்தார்கள். ஒருவன் வீட்டின் சுவரில் கன்னம் வைத்தான். அப்போது சோம்பேறியின் மனைவி "நீங்கள் படித்த சோதிடத்தைச் சொல்லுங்கள்" என்று கேட்டாள்.

போலி சோதிடன் "எலிவளையைத் தோண்டக் கண்டேன்" என்றான். இதைக் கூர்ந்து கேட்ட திருடன் ஓகோ நம் காரியம் தெரிந்துவிட்டது போல என நினைத்தான். விழித்துப் பார்த்தான். சோம்பேறி "ஆந்தை விழிக்கக் கண்டேன்" என்றான். திருடன் நிமிர்ந்து நின்றான். போலி ஜோதிடன் "நெட்டைப்பனை மரம் கண்டேன்" என்றான்.

திருடன் திகைத்தான்; இவன் நாம் செய்யும் காரியங்களைத்தான் சொல்லுகிறான். இனி இங்கே இருக்கக்கூடாது மாட்டிவிடுவோம் என்று நினைத்தான்.

ஓட ஆரம்பித்தான். அப்போது மூடன் மனைவியிடம் மான் ஓடக்கண்டேன் என்றான். இதை எல்லாம் உடன் இருந்து பார்த்துக் கொண்டிருந்த இன்னொரு திருடன் "இந்த வீட்டுக்காரன் பெரிய ஜோதிடன்தான். இனி இங்கே நிற்கக் கூடாது" என்று சொல்லிக் கொண்டே ஓடினான்.

இந்தச் செய்தி ஊரெல்லாம் பரவியது. போலி ஜோதிடன் பற்றிய பேச்சு எங்கும் பரந்தது. ஒருநாள் ராஜாவுக்கு சலவை செய்பவன் வந்தான். "சோதிடரே என் கழுதை காணாமல் போகிவிட்டது" என்றான். போலி ஜோதிடன் கொட்டாவி விட்டான். "கழுதையா அது கெட்டா குட்டிச்சுவர்" என்றான். சலவைத் தொழிலாளி ஊருக்கு வெளியே நின்ற குட்டிச்சுவரைப் பார்க்கப் போனான். அங்கே கழுதை நின்றது. தொழிலாளிக்கு ஆச்சரியம் தாங்க முடியவில்லை. கணிசமாய் பணம் ஜோதிடனுக்குக் கொடுத்தான்.

போலி சோதிடனைப் பற்றிய செய்தி ராஜாவின் காதுக்கும் போனது. ஒருமுறை ராணியின் ஆபரணப் பெட்டியைக் காணவில்லை. எல்லா இடத்திலும் தேடிப் பார்த்தார்கள். காணவில்லை. திருடனும் வந்ததாக அடையாளமில்லை. எப்போது போனது ஆபரணப் பெட்டி என்பதைக் கண்டுபிடிக்க முடியவில்லை.

உண்மையில் ஆபரணப் பெட்டியை எடுத்து ராணியின் அந்தப்புரக் கிணற்றில் போட்டவர்கள் ராணியின் வேலைக்காரிகள். அவர்களின் பெயர் நாக்கு, மூக்கு. இரவில் யாருமில்லாத நேரத்தில் அதை எடுத்து விடலாம் என்று அவர்கள் திட்டம் போட்டனர். ராஜா போலி ஜோதிடனை அழைத்தார். ராணியின் ஆபரணப் பெட்டியை யார் எடுத்தார்கள் என்று கேட்டார். போலி யோசித்துப் பார்த்தான். "அரசே பத்துநாள் அவகாசம் தாருங்கள் கண்டு பிடிக்கிறேன்" என்றான். ராஜாவும் "சரி இன்றிலிருந்து பத்தாவது நாள் உன்னை அழைக்க சேவகர் வருவார்கள்" என்றார்.

மூடசோதிடன் வீட்டுக்குப் போனான். பத்துநாள் அவகாசம் கேட்டதுஏன் என்று கேட்டாள் மனைவி. அவன் இன்னும் எண்ணி 9 நாளில் இந்த ஊரைவிட்டே போகப் போகிறேன் என்றான். ஒன்பது நாட்கள் கழிந்தன. பத்தாம் நாள் காலையில் ஆற்றுக்குக் குளிக்கப்போனான் போலி சோதிடன். ஆற்றங்கரையில் நின்ற வேப்பமரத்தின் குச்சியை ஒடித்தான். பல்விளக்க ஆரம்பித்தான்.

அவனுக்கு அரசனின் உத்தரவு நினைவுக்கு வந்தது. இன்றோடு பத்துநாள் முடிந்தது. மாலை ஆட்கள் வருவார்கள். இன்னும் இரண்டுநாள் அவகாசம் கேட்போம். அதற்குள் இந்த ஊரை விட்டே போய் விட வேண்டும் என்று மனசுக்குள் நினைத்துக் கொண்டு நாளைக்கு "நாக்கு போகுமா மூக்கு போகுமா தெரியவில்லையே" என்று சத்தம் போட்டு சொன்னான்.

இந்த நேரத்தில் ராணியின் வேலைக்காரிகளான நாக்கு, மூக்கு என இரண்டு பேரும் ஆற்றுக்குக் குளிக்க வந்தார்கள். போலி சோதிடன் பேசியதை முழுதும் கேட்டனர். நாக்கு போகுமோ மூக்கு போகுமா என்றது தங்களைப் பற்றிச் சொன்னதாக நினைத்தார்கள். சோதிடனின் முன்னே வந்தனர். அவன் காலில் விழுந்தனர். "அய்யா சோதிடரே ராணியின் ஆபரணத்தைத் திருடியவர்கள் நாங்கள் தாம். அரண்மனைக் கிணற்றில் போட்டு விட்டோம். எங்களைக் காப்பாற்றுங்கள்" என்றார்கள்.

போலி சோதிடனுக்கு உற்சாகம் வந்தது. இரண்டு பேரையும் பார்த்தான். அவர்கள் "சோதிடரே தண்டனை இல்லாமல்

எங்களைக் காப்பாற்றுங்கள். அபயம்" என்றனர். சோதிடனும் சரி இப்போதே ராஜாவிடம் போவோம் என்றான். அவர்களை ராஜாவிடம் அழைத்துச் சென்றான். வேலைக்காரிகள் ராஜாவின் ஆபரணப் பெட்டியை எடுத்து சோதிடனிடம் கொடுத்தனர். சோதிடன் நாக்கி மூக்கிகளை மன்னிக்கும்படி கேட்டான். அவனும் மன்னித்தான்.

ராஜாவுக்கு மிகுந்த சந்தோஷம். போலி சோதிடனுக்கு வெகுமதிகள் நிறையக் கொடுத்தான். மூடனின் மனைவிக்குக் கணவனிடம் மரியாதை வந்தது. பக்கத்து வீட்டுக்காரர்களிடம் பெருமையாகப் பேசினான். ஒருநாள் ராஜா போலி சோதிடனை அழைத்தார். "ஜோதிடரே ஆற்றங்கரை வழியே பேசிக்கொண்டே போவோம்; வாருங்கள்" என்றார். போலிக்கும் பயம்; வேறு வழியில்லை. போனான்.

ராஜா போலி ஜோதிடனுக்குத் தெரியாமல் தும்மட்டிக்காய் செடியிலிருந்து ஒரு காயைப் பறித்து வைத்துக்கொண்டான். மூட சோதிடன் அதைப் பார்க்கவில்லை. "என் கையில் என்ன இருக்கிறது என்று சொல் பார்ப்போம்" என்று கேட்டார். போலி "அய்யோ இப்போது நாம் வசமாக மாட்டிக் கொண்டோமே என்ன சொல்லுவது என்று தெரியவில்லையே" என்று யோசித்து சுற்றுமுற்றும் பார்த்தான்.

ராஜா "நீர் சரியாகச் சொல்லி விட்டால் கணிசமாகப் பொன் தருகிறேன் என்றார். போலி "அங்கே தப்பி இங்கே தப்பி அகப்பட்டுக் கொண்டான் தும்மட்டிக்காய் பட்டன்" என்றான். அரசனுக்கு ஆச்சரியம் தாங்கமுடியவில்லை. போலி சோதிடனுக்கு வேண்டிய மட்டும் பணம் கொடுத்தான். உனக்கு வேறு என்ன வேண்டும் என்று கேட்டான். போலி "என் மனைவியின் வீட்டில் கொஞ்சநாள் இருக்க ஆசைப்படுகிறேன். அதற்கு ஏற்பாடு செய்யுங்கள்" என்றான். அரசனும் சரி என்றான். போலி மனைவியை எப்படியோ சரிக்கட்டிப் பேசிவிட்டு அந்த ஊரை விட்டே குடிபெயர்ந்தான்.

15

பழைய கருப்பன் கருப்பனே

செந்தில் கவுண்டமணி ஜோக்குகளில் பல பழைய வாய்மொழிக் கதைகளை நடத்திக் காட்டுவன. ஒருவகையில் தோல்பாவைக்கூத்தைப் பார்த்த யாரோ கூறியது. எழுதியது ஆக இருக்கலாம். கோமாளியிடம் உளுவத்தலையன் பத்துபைசா கடன் வாங்கியிருப்பான். அதைக் கொடுக்காமல் தட்டிக் கழிப்பான்.

கூத்து நிகழ்ச்சியில் சீரியசான காட்சி நடக்கும்போது கோமாளி உளுவத்தலையனிடம் அந்தப் பத்துபைசா என்று ஆரம்பிப்பான். இந்தக் காட்சி கூத்து முடிவது வரை வந்து கொண்டிருக்கும் இந்த நிகழ்ச்சி சினிமாவில் மாற்றமின்றி வரும். இதுபோல எத்தனையோ நிகழ்ச்சிகள், வாய்மொழிக்கதைகள் செந்தில் கவுண்டமணி தமாஷ் காட்சிகளாக மாறியிருக்கின்றன.

இந்தக் கதைகளில் ஒன்று கருப்பன் கதை. அக்பர் பீர்பால் கதைகளிலும் இப்படி ஒரு கதை உண்டு. இது பல்வேறு வடிவங்களில் வழங்குகிறது.

அக்பர் ஒருநாள் தனக்கு முடிவெட்டிக்கொண்டிருந்த நாவிதனிடம் உலகம் எப்படி இருக்கிறது? மக்கள் எப்படி இருக்கிறார்கள்? எனக் கேட்டார். நாவிதன் "எதுவுமே இல்லாமல் நாளைக் கடத்துகிறார்கள்" என்றான்.

அக்பர் பீர்பாலிடம் இதைச் சொன்னார். புத்திசாலியான அந்த அமைச்சர், அடுத்தமுறை முடி திருத்தும் போது இதே கேள்வியைக் கேட்டுப் பாருங்கள் என்றார். பீர்பால் அக்பரின் நாவிதனின் வீட்டில் நூறு வராகன் தங்கத்தை வைக்கும்படி தன் ஒற்றன் மூலம் ஏற்பாடு செய்தார்.

நாவிதன் தன் வீட்டில் தானாக விழுந்த தங்கத்தைப் பார்த்து ஆனந்தம் அடைந்தான். அடுத்தமுறை அக்பருக்கு முடி திருத்தப் போனான். அரசர் அவனிடம் "இப்போது மக்கள் எப்படி இருக்கிறார்கள்" என்று கேட்டார். நாவிதர் "அரசரே எல்லோரும் சந்தோஷமாக இருக்கிறார்கள். அதனால் யாரும் யாரையும் மதிக்காமல் இருக்கிறார்கள்" என்று கம்பீரமாகப் பேசினான். அவனிடம் இருந்த திமிறை அடக்கிக்கொண்டு பேசுவதாகத் தோன்றியது. அரசர் அதைக் கண்டுகொண்டார்.

அக்பர் பீர்பாலிடம் நாவிதனிடம் ஏற்பட்ட குணமாற்றத்தைச் சொன்னார். பீர்பால் "இன்னும் குணம் மாறும் பாருங்கள்" என்றார். பீர்பால் தன் ஒற்றன் மூலம் நாவிதன் வீட்டிலிருந்த நூறு வராகனை எடுக்கச் செய்தார். அடுத்த நாள் அக்பருக்கு முடிதிருத்த நாவிதன் போனான். அக்பர் பழைய கேள்வியைக் கேட்டார். நாவிதன் எல்லோரும் எல்லாம் இழந்து தவிக்கிறார்கள் என்றான்.

அக்பர் பீர்பாலிடம் நாவிதன் சொன்னதைப் பேசினார். பீர்பால் நடந்த விஷயங்களை விபரமாய்ச் சொன்னார். "அரசே ஒருவன் தன்னை உலகமாக நினைக்கிறான்; தன்னைப் போலவே உலகம் வாழ்வதாக கற்பனை செய்கிறான்" என்றார். அரசன் நாவிதனை அழைத்தார். அவனுக்கு நூறு வராகனைக் கொடுத்தார்; இது உனக்கு என்றார்.

மகாபாரதம் தொடர்பான வாய்மொழிக்கதை ஒன்றும் உண்டு. துரோணர் தருமரிடம் "யோக்கிமான ஒரு மனுஷனை

அழைத்து வா" என்றாராம். தருமர் ஊரெல்லாம் அலைந்தார்; எல்லோரும் நல்லவர்களாவே இருந்தனர் என உணர்ந்தார்; எல்லா யோக்கியர்களையும் எப்படி அழைத்துவர முடியும்; துரோணனிடம் தன் கருத்தைச் சொன்னார்.

துரோணர், துரியோதனனிடம் பொறாமைக்காரன் ஒருவனைக் கண்டு பிடித்து அழைத்துவா என்றான். அவன் ஊரெல்லாம் அலைந்தான். எல்லோரும் அயோக்கியர்களாக இருந்தனர். துரோணனிடம் வந்து சொன்னார். அப்போது துரோணர் சொன்னார் எல்லாம் அவரவர் பார்வை இருக்கிறது என்று.

இப்படியான பார்வையில் அமைந்த கதைகளின் பல வடிவங்களைப் படித்திருக்கிறேன், கேட்டும் இருக்கிறேன். எனக்கு "பழைய கருப்பன் கருப்பனே" கதையை முதலில் தேவதாசி ஒருத்தி (காளி என்று நினைக்கிறேன்) சொன்னாள்.

எண்பதுக்களில் சுப்பையாராவும் சொன்னார். அது வேறு வடிவம் எனக்குக் கிடைத்த கதை வடிவம் வருமாறு.

ஒரு ஊரில் குட்டி மிராசுதார் ஒருவர் இருந்தார். அவருக்கு நிறைய மாடுகள் அவற்றை எல்லாம் கருப்பன் என்ற இளைஞனே கவனித்து வந்தான். அவன் மாடுகளை மலையடிவாரத்திற்கு மேய்க்கக் கொண்டு செல்லுவது வழக்கம். ஒருநாள் மத்தியானம் பாழடைந்த மண்டபத்தில் படுத்தான். எஜமானன் வீட்டுக் கஞ்சியைக் குடித்த களைப்பு அயர்ந்து தூங்கி விட்டான்.

உறக்கம் விழித்து நின்றபோது பழகிய மாடு அவள் முன்னே வந்தது. அவன் அவசரமாக எழுந்தபோது அவன் நின்ற வரிக்கல் அசைந்தது. அதை லேசாக அசைத்தான். அதன் கீழ் ஆழமான குழி அதில் ஒரு செப்புப் பானை. அதைத் திறந்தான். தங்க நாணயங்கள் குவிந்து கிடந்தன.

அவனுக்குத் தலைகால் புரியவில்லை. சந்தோஷம். என்ன செய்வதென்பது தெரியவில்லை. பானையை மூடினான். குழியை மூடினான். மாடுகளுடன் வீட்டிற்கு வந்தான். எஜமான் கருப்பனிடம் "அடே மாடுகளை எண்ணிப் பார்த்தாயா கருப்பா" என்றார். அவன் நிமிர்ந்து நின்று "டேய் எதற்கு கறுப்பா என்று அழைத்தால் போதும்" என்றான். எஜமானருக்கு அவன் பேசிய

தோரணையில் சந்தேகம் வந்தது. அவர் சரி அப்படியே அழைக்கிறேன் என்றார்.

அடுத்தநாள் கருப்பன் மாடு மேய்க்கப் போனான். மத்தியானம் பாழ் மண்டபத்துக்குப் போனான். தங்கப்புதையல் இருந்த பானையைத் திறந்து பார்த்தான். நாணயங்கள் அப்படியே இருந்தன. அன்று அவள் வீட்டிற்கு வந்தபோது எஜமானர் கருப்பா என்று அழைத்தார், அவன் என்ன கருப்பன்? என்னைக் கருப்பண்ணன் என்று அழைக்கலாமே என்றான்.

எஜமானர் அப்படியே அழைக்கிறேன் என்றார். அவரது சந்தேகம் வலுத்தது. சரி இவனை விட்டுப்பிடிப்போம் என்று நினைத்தார். அடுத்தநாள் மாலையில் அவன் வந்ததும் எஜமானே கருப்பண்ண பிள்ளையே என அழைத்தார். அவன் இது சரி என்றார்.

கருப்பன் எனக்கு என்ன மண் சட்டியில் சோறு, வாழை இலை போடச் சொல்லக்கூடாதா? என்று கேட்டான். எஜமான் அவன் சொன்னபடி கேட்டார். அடுத்தநாள் அவனுக்குத் தெரியாமல் அவன் பின்னே போனார். அவன் வழக்கம்போல் புதையலைத் திறந்து பார்த்தான். இருந்தது. மூடிவிட்டு மாடுகளின் பக்கம் போனான்.

எஜமான் தூரத்திலிருந்து இதை எல்லாம் கவனித்து விட்டார். கருப்பன் மாடுகளைக் கவனிக்கச் சென்றதும் அவன் புதையல் வைத்திருந்த இடத்தை அடையாளம் கண்டார். தங்க நாணயங்களைப் பார்த்தார். ஓகோ இதனால் இவன் இப்படிப் பேசினானா? இவ்வளவு தைரியம் வந்தது இதனால்தானா என்று நினைத்தார்.

புதையலை அப்படியே தன் வீட்டிற்கு எடுத்து வந்து விட்டார். அவன் அன்று மாலையில் புதையலை ஒரு தடவை பார்க்கப் போனான். பானையைக் காணவில்லை. சோர்ந்து போனான். மாடுகளை வீட்டுக்கு ஓட்டி வந்தான். எஜமானர் அவனைப் பார்த்ததும் “கருப்பண்ண பிள்ளை அவர்களே உங்களுக்கு வெள்ளிப் பாத்திரத்திலே சாதம் பரிமாறலாமா?” என்று கேட்டார், அவன் “அய்யா பழைய கருப்பனே சரி; மண்சட்டியே போதும்” என்றான்.

16

பின் சுவரை இடிக்கலாம்

இந்தக் கதை இரத்தின நாயகர் சன்ஸ் வெளியிட்ட (1930) கட்டுவாக்கியக் கதை என்னும் தொகுப்பில் வேடிக்கை கதை என்னும் தலைப்பில் உள்ளது.

அந்தப் பணக்காரனுக்குப் பெரிய வீடு கட்டிக்கொண்டு எல்லோரும் பார்த்து அதிசயிக்கும்படி வாழ வேண்டும் என்று ஆசை. நிறைய வீடுகளுக்குச் சொந்தக்காரன் என்று எல்லோரும் சொல்லவும் ஆசைப்பட்டான். எட்டு வீடுகள் கட்டிக் கொண்டான். எட்டாவது வீட்டில், தான் இருப்பதற்குரிய எல்லா வசதிகளையும் செய்துகொண்டான். குலோப் கண்ணாடி பதித்தான்; ரசகுண்டு தொங்கவிட்டான். சித்திரங்களை வரைந்து கொண்டான். இப்படியாக ஆடம்பரமாய் நவீனமாய் வீட்டை அலங்கரித்தான்.

இந்தப் பணக்காரனுக்கு ஒரு சினேகிதன் இருந்தான். அவன் வறுமையால் வாடியவன். ஒருநாள் அவன் மகனிடம் அந்தப்

பணக்காரனிடம் சென்று செலவுக்கு கொஞ்சம் பணம் வாங்கிவா என்று அனுப்பினான். அந்த இளைஞன் பசியாகவும் களைப்பாகவும் இருந்தான். செல்வந்தன் அவனை வரவேற்று உபசரித்தான்.

இளைஞன் செல்வந்தனிடம் தன்னுடைய தேவையை வேண்டுகோளைப் பேச ஆரம்பித்தான். செல்வந்தனோ தன் வீட்டின் பெருமையைச் சொல்வதிலேயே ஆர்வம் காட்டினான். இளைஞனைப் பேசவிடவில்லை. தன் வீட்டின் எல்லா பகுதிகளுக்கும் அழைத்துச் சென்றான்; சுற்றிக்காட்டினான். சித்திரங்களை விளக்கினான். கடைசிக்கட்டில் தான் இருப்பதற்காகக் கட்டிக்கொண்ட எட்டாவது கட்டையும் காட்டினான்.

இளைஞனுக்கு எரிச்சலாய் வந்தது. நான் எதற்கு வந்திருக்கிறேன் என்பது தெரியாமலே அவனது பெருமையைப் பீத்திக்கொண்டிருக்கிறானே என்று நினைத்தான். அதை வெளியே காட்டாமல் “ஐயா நீர் வாழ்வதற்காகக் கட்டிய இந்த எட்டாவது கட்டு வசதியாக இருக்கிறது. ஒருவேளை நீ இந்த இடத்தில் செத்துப் போனால் உன் உடலை இந்த வாசல்வழி கொண்டுபோக முடியாதே; வாசல் சிறிதாக இருக்கிறதே. உடலை வளைத்துத்தான் கொண்டு போகமுடியும். இது உன் சொந்தக்காரர்களுக்குச் சங்கடமல்லவா” என்றான்.

வீட்டுக்காரன் அதிர்ந்து விட்டான். நாம் இங்கு இன்னும் குடியேறவே இல்லை. அபசகுனமாய் பேசுகிறானே என்று நினைத்து கோபத்துடன் “ஏய் மடையா நீ போ உன் அப்பனை அனுப்பு” என்றான். அடுத்தநாள் செல்வந்தனின் சினேகிதன் வந்தான். அவனும் பசியுடன் இருந்தான். அவனைச் சாப்பிடுகிறாயா என்று கூடக் கேட்கவில்லை.

செல்வந்தன் அவனுக்கு வீட்டைச் சுற்றிக்காட்ட ஆரம்பித்தான். தன் பெருமை பேசினான். வீடு முழுதும் காட்டுவது வரை சினேகிதன் பேசவில்லை. செல்வந்தன் “உன் மகனுக்கும் இப்படித்தான் சுற்றிக்காட்டினேன். எட்டாவது கட்டையும் காட்டினேன். அவன் என்ன சொன்னான் தெரியுமா” என்று

சொல்லிவிட்டு கொஞ்ச நேரம் பேசவில்லை. பின் சிநேகிதனின் மகன் சொன்னதைச் சொன்னான்.

இதை எல்லாம் கேட்ட சிநேகிதன் "என் மகன் சிறுபிள்ளை அனுபவம் இல்லாதவன். யோசனை இல்லாமல் பேசிவிட்டான். நீ இந்த வீட்டில் வைத்து இறந்தால் ஏன் முன்வாசல் வழி கொண்டுபோக வேண்டும், பின் சுவரை இடித்துக்கொண்டு போகலாமே" என்றான். செல்வந்தன் திகைத்துவிட்டான். மகன் பரவாயில்லை; இவன் வீட்டையே இடிக்கச் சொல்கிறானே" என்று நினைத்தான்.

செல்வந்தனுக்கு தன் பெருமையைப் பேசுவதைத் தவிர வேறு எதுவும் பேசத் தெரியவில்லை.

17

இவன் வேசி மகன் இல்லை

● ● ● ● ●

நாஞ்சில் நாட்டின் பிரபல வக்கீல் முத்தையா பிள்ளையிடம் பேசிக் கொண்டிருந்தபோது நாற்பதுக்களில் நாகர்கோவில் நீதிமன்றத்தில் நடந்த சுவராசியமான வழக்கு பற்றிச் சொன்னார்.

நாகர்கோவிலின் ஒரு பகுதியான கோட்டாற்றில் கொஞ்சம் வசதியுள்ள முதியவள் ஒருத்தி இருந்தாள். அவளது பட்டப்பெயர் சக்காப்புளிக்கறி. பலாக்காய் வைத்துச் செய்யப்படும்சுவையானகுழம்புசக்காப்புளிக்கறி. அவளுக்கு அந்தக் குழம்பு பிடிக்கும். அதனால் அந்தப் பெயர் நிலைத்துவிட்டது.

இந்தப் பெயரைச் சொல்லி தன்னை யாரும் அழைக்கக் கூடாது என்று வழக்குத் தொடுக்க சீதாராமையர் என்னும் வழக்கறிஞரிடம் போனாள். அவர் அவளிடம் அமைதியாகப் பேசி அப்படி வழக்குத் தொடுத்தால் இன்னும் பரவலாக உன் பட்டப்பெயர் தெரிந்துவிடும் வேண்டாம் என்றார். அவள் கேட்கவில்லை.

அவளை அடிக்கடி பட்டப்பெயர் சொல்லி அழைக்கும் சிலரைக் குற்றவாளிகளாகச் சேர்த்தாள். அவர்கள் விசாரிக்கப்பட்டார்கள். வழக்கு தொடர்ந்து நடக்கவில்லை. மற்றவர்கள் அவளைக் கண்டு கொஞ்சம் பயந்தார்கள். வழக்கில் அவள் தன்னைச் சேர்த்து விடக்கூடாது என்று ஒதுங்கினார்கள். கடைசியில் அவள் மனநோயாளியாகி விட்டாள்.

இப்படி எத்தனையோ கதைகள் இந்தப் பாணியில் உண்டு. "இவள் வேசி மகன் இல்லை" என்ற இந்தக் கதை கட்டுவாக்கியக் கதைத் தொகுப்பில் புகழ் சம்பாதிக்கப்போய் பழி சம்பாதித்தது" என்னும் தலைப்பில் உள்ளது. இக்கதையின் வேறு வடிவத்தை சுப்பையாராவும் சொல்லியிருக்கிறார்.

மதுரை அருகே ஒரு குட்டிப் பாளையக்காரன் இருந்தான். அவனுக்கு படைபரிவாரம் குற்றேவல்காரர்கள் என்பவர்கள் இருந்தனர். அரண்மனைப் பணியாளர்களில் காத்தானும் ஒருவன். அவன் கொஞ்சம் அவசரக்குடுக்கை. ஜமீனிடம் தனக்கு செல்வாக்கு அதிகம் என்றும் சொல்லிக்கொள்ளுவான். அதனால் மற்றவர்களிடம் மரியாதையையும் எதிர்பார்ப்பான்.

ஒருநாள் காத்தான் நகரம் வழியே அவசரமாகப் போய்க்கொண்டிருந்தான். அப்போது வேறு ஒருவன் வேகமாய் வந்தான். எதிரே வந்தவனின் கை காத்தானின் மேல் பட்டுவிட்டது. உடனே எதிரே வந்தவனைக் காத்தான் "முட்டாளே மடையனே ஒத்திப் போக மாட்டாயா" என்று சொல்லி ஏசினான்.

எதிரே வந்தவன் மோசமான மனநிலையில் இருந்தான். காத்தானைப் பார்த்து "சீ தேவடியா மகனே" என்று ஏசிவிட்டான். காத்தான் கோபத்துடன் "அடே மடையா ஜமீந்தாரரின் முன்னே உன்னை நிறுத்துகிறேன் பார்" என்று சொன்னான். வந்தவன் உன்னால் முடிந்தால் பார் என்றான்.

காத்தான் தன் செல்வாக்கைப் பயன்படுத்தி தன்னை ஏசியவனை ஜமீன் சமூகத்திற்கு வரவழைக்க ஏற்பாடு செய்தான். ஜமீன்தாரரோ "இதை எல்லாம் நீ பெரிதாக எடுத்துக் கொள்ளாதே. சபையில் விசாரிக்கக் கூடிய காரியமல்ல இது" என்று சொல்லிப் பார்த்தார்.

காத்தான் "உங்கள் சமூகத்தின் அடிமையைப் பழிப்பதை சபை கேட்க வேண்டாமா? எனக்கு யார் பாதுகாப்பு" என்றான். ஜமீன்தார் "சரி விசாரிப்போம். உன் விதி; மாற்ற முடியாது" என்றார்.

காத்தானை ஏசியவன் ஜமீன் சமூகத்திற்கு அழைக்கப்பட்டான். விசாரணை நடந்தது. அவன் "நான் காத்தானை தேவடியாள் மகனே என்று ஏசியது உண்மை; மன்னிக்க வேண்டும்" என்றான். ஜமீந்தாரோ "காத்தானே இனி உன் வழக்கு தீர்ந்தது; அவன் போகட்டும்" என்றான்.

காத்தான் "அய்யா இவன் நாலுபேர் கூடுகிற சந்தியில் என்னைத் தேவடியா மகனே என்று ஏசினான். அந்த இடத்தில் வந்து மன்னிப்பு கேட்க வேண்டும். இது என் தாழ்மையான வேண்டுகோள்" என்றான். ஜமீன்தார் "உன்னைத் திருத்த முடியாது; அப்படியே உத்தரவிடுகிறேன்" என்றான்.

காவலர்கள் காத்தானை ஏசியவனை நாலுபேர் கூடும் சந்தியில் கொண்டு நிறுத்தினர். மக்கள் கூடினர். காத்தானம் நின்றான். ஏசியவன் "நான் இவனைத் தேவடியா மகனே என்று கூறியது தவறு; மன்னிப்பு கேட்கிறேன். இப்படி இனிச் சொல்லமாட்டேன் நீங்களும் அப்படிச் சொல்லக் கூடாது. இவன் தேவடியா மகன் இல்லை" என்றான்.

எல்லோரும் சிரித்தார்கள். இந்தக் காத்தான் கொஞ்சமும் புத்தி இல்லாதவனாக இருக்கிறானே என்று சொல்லிக்கொண்டே போனார்கள்.

அ.கா. பெருமாள்

18

பொண்டாட்டி வருகிறாள் துடைப்பைக் கட்டையுடன்

●●●●●

மனைவி கணவனைக் கொடுமைப்படுத்துவதை நகை உணர்வுடன் கூறும் கதைகளின் வடிவங்கள் பல உள்ளன. பட்டிமன்றங்களில் இதுபோன்ற கதைகள் மாற்றங்களுடன் சொல்லப்படுகின்றன. இத்தகு கதைகளில் மூன்று வடிவங்களை எனக்குச் சுப்பையாராவ் சொன்னார். ஒருவடிவம் இரத்தின நாயகர் சன்ஸ் வெளியிட்ட கட்டுவாக்கியக் கதைகள் தொகுப்பில் உள்ளது. இதன் சிறு மாற்று வடிவம் வருமாறு.

ஒரு ஊரில் யாசகன் ஒருவன் இருந்தான். அவன் நல்ல பாடகனும் கூட. இனிய சாரீரம் உடையவன். பெரும்பாலும் கடவுளைப் பற்றியே பாடிக்கொண்டு போவான். ஒவ்வொரு வீட்டின் முன்னே நின்று பாடுவான். பாட்டு முடிவதுவரை வீட்டிற்கு உள்ளிருந்து யாரும் வெளியே வர மாட்டார்கள்.

யாசகன் பாடி முடித்ததும், அவன் நீட்டிய பாத்திரத்தில் கணிசமாய் அரிசியைப் போடுவர்.

ஒரு தெருவில் சுற்றிவந்தால் போதும். பாத்திரம் நிரம்பிவிடும். அவன் உடனே போகமாட்டான். கொஞ்சநேரம் எங்காவது நேரத்தைப் போக்கிவிட்டு வீட்டுக்குப் போவான்.

அவன் மனைவியும் சின்ன சின்ன வேலைகளுக்குப் போவாள். அவளும் வீட்டிற்கு வந்துவிட்டாளா என்று நோட்டம் பார்த்துவிட்டு அவன் வருவான். அவள் ருசியாக சமைத்து வைப்பாள். அவன் காத்திருப்பான். அவள் சாப்பாடு போட்டாலும், அவன் சாதத்தில் கையை வைக்கக்கூடாது. அவளும் சாப்பிட உட்காருவாள்; அவள் சாப்பிட ஆரம்பித்ததும் அவன் சாப்பிடலாம்.

இரண்டுபேரும் சாப்பிட்டு முடித்ததும் அவள் ஒரு துடைப்பைக் கட்டையுடன் வருவாள். அவன் தலையில் ஒரு அடி அடிப்பாள். இது தினமும் நடக்கும் கூத்து. அவனுக்கு இது பழக்கமாகிவிட்டது.

ஒருநாள் அவன் மனைவியிடம் "பத்து நாட்கள் வெளியூரில் போய் யாசிக்க போகிறேன்; நிறைய அரிசி கிடைக்கும் நீ கொஞ்ச நாட்கள் வேலைக்குப் போக வேண்டாம்" என்றான். அவளுக்கு சந்தோஷம். உடனே சரி என்று விட்டாள். யாசகனுக்கோ பத்து நாட்கள் அவளது அடியிலிருந்து தப்பலாம் என்று நினைத்தான்.

யாசகனின் மனைவி "அது சரி நீ போய்விட்டால் நான் யாரை அடிப்பேன்" என்று கேட்டாள் யாசகன் "நம் வீட்டின் முன்னே உள்ள வேப்ப மரத்தை அடி. அதை நான் தான் வைத்தேன். அது என் சகோதரர். எனக்கும் அந்த மரத்திற்கும் வித்தியாசம் இல்லை. அதனால் தினமும் நீ அதை ஒருதடவை அடிக்கலாம்" என்றான். அவளும் சரி அப்படியே செய்கிறேன் என்றாள்.

யாசகன் வெளியூர் போய்விட்டான். அவள் மனைவி சமைத்த உணவை அந்த வேப்ப மரத்தின் முன்னே வைத்துவிட்டு கொஞ்ச நேரம் காத்திருப்பாள். பின் பெருக்குமாற்றால் அடிப்பாள். சிலசமயம் இரண்டு மூன்று தடவை வேகமாய் அடிப்பாள்.

அந்த வேப்ப மரத்தில் ஒரு யட்சி குடியிருந்தாள். யாசகனின் மனைவி வேப்ப மரத்தின் மேல் அடிக்கும்போது தற்செயலாக அடி யட்சியின் உடம்பில்பட்டது. அவளுக்கு அடி தாங்க

முடியவில்லை. அந்த மரத்தைவிட்டு ஓடினாள். வேறு ஒரு ஊரில் உள்ள வேப்ப மரத்தில் ஒட்டிக்கொண்டாள்.

யட்சி குடிபுகுந்த ஊரில்தான் யாசகன் இருந்தான். அவன் யட்சி இருந்த வேப்ப மரத்தின் கீழ் தன் ஜாகையை வைத்திருந்தான். யட்சி ஒருநாள் நடுஇரவில் அவனைத் தட்டி எழுப்பினாள். அவன் பயந்து ஒதுங்கி நின்றான்.

யட்சி அவன் பயத்தைப் போக்கி "அய்யா உனக்கு வந்தனம்; நான் பத்து நாளாக உன் மனைவி கையால் அடிபட்டேன். பொறுக்க முடியவில்லை. வேறு வழியில்லாமல் இந்த ஊரில் உள்ள மரத்தில் குடி புகுந்துவிட்டேன். உனக்கு ஒரு வழி சொல்லுகிறேன் கேள். நீ இனி யாசகம் எடுத்துக் கஷ்டப்பட வேண்டாம். நான் இந்த ஊர் ராஜாவின் மகளின் உடம்பில் புகுந்து கொண்டு ஆட்டுவேன். அப்போது நீ மந்திரவாதியாக வா. என்னை விரட்டுவது மாதிரி பேசு நான் ஓடிவிடுவேன். உனக்கு ராஜா நல்ல வெகுமதி தருவார்" என்று யட்சி கூறியது.

யட்சி சொன்ன மாதிரியே ராஜாவின் மகளைப் பிடித்தது. ஆட்டியது. ராஜா பெரிய பெரிய மந்திரவாதிகளை அழைத்து வந்தார். பேய் இறங்கவில்லை. யாசகன் அரசரிடம் தானாகப் போனான். "நான் இந்தப் பேயை விரட்டிவிடுவேன் சத்தியம்; விரட்டவில்லை என்றால் தண்டனை தாருங்கள்" என சவால் விட்டான். ராஜா "நீ சொன்னபடி செய்தால் எது வேண்டுமானாலும் தருகிறேன்" என்றார்.

யாசகன் அரசரின் மகளின் முன்னே போய் நின்றான். மந்திரம் ஓதியது போல் நடித்தான், ஆடினான். கொஞ்ச நேரத்தில் யட்சி இளவரசியை விட்டு ஓடிவிட்டது. போகும்போது யாசகனின் காதில் "இனிமேல் நான் இருக்கும் இடத்துக்கு நீ வந்தால் உன்னைக் கொல்லுவேன்" என்று சொல்லிவிட்டு குரவை போட்டது.

ராஜாவின் மகள் இப்போது பூரணமாய் குணமடைந்துவிட்டாள். யாசகன் ராஜாவை வணங்கி நின்றான். ராஜா அவனுக்கு தங்க ஒரு வீடு வயல் தோட்டம் பணம் எல்லாம் கொடுத்தார். யாசகனின் மனைவி வந்தாள். மனைவிக்கு மிக்க சந்தோஷம்; கணவனை

அடிப்பதை நிறுத்திவிட்டாள். ஆனால் பழைய வேப்ப மரத்தைக் கணவனாய் நினைத்து அடித்துக் கொண்டு வந்தாள்.

இப்படி இருக்கும்போது அந்த நாட்டு மந்திரியின் மனைவியை யட்சி பிடித்துக்கொண்டாள். மந்திரி யாசகனை அழைத்தார். யாசகனுக்கு வேறு வழியில்லை. போனான். மந்திரியின் மகளைப் பிடித்த யட்சி ராஜாவின் மகளைப் பிடித்த யட்சிதான் என்பதை அறிந்து கொண்டான்.

அவனுக்கு மந்திரியின் மகளின் அருகே போகப்பயம்; கிட்டே போனால் கொன்றுவிடுவாள் என்று தெரியும். யோசித்தாள். யட்சியிடம் தனியாகப் பேசி சமாதானம் செய்யலாம் என்று நினைத்தான். மற்றவர்களுக்கு இது தெரியக் கூடாது; கவனமாய் இவளை அணுகவேண்டும் என்றும் யோசித்தான்.

மந்திரியிடம் "இந்த யட்சி கொடூரமானவள்; இவள் ஓடும்போது எதிரில் உள்ளவர்களைக் கொன்று விடுவாள், அதனால் நான் தனியே நின்று யட்சியை விரட்ட வேண்டும்" என்றான். மந்திரியின் மகள் தனியே விடப்பட்டாள். யாசகன் "யட்சியே உன்னை நான் விரட்ட வரவில்லை. என் மனைவி பெருக்குமாறும் சாணித்தண்ணியுடனும் வந்து கொண்டிருக்கிறாள். அதைச் சொல்ல வந்தேன்" என்றான்.

யட்சி மந்திரியின் மகளைவிட்டு ஓடிவிட்டது. மந்திரி பெரும் பணமும் பெரிய தோட்டமும் யாசகனுக்குக் கொடுத்தார்.

19

இரண்டு பேருக்கும் சாட்சி

● ● ● ● ●

இரத்தின நாயகர் சன்ஸ் வெளியிட்ட (1939) வேடிக்கை கதைகள் என்ற தொகுப்பில் இந்தக் கதை உள்ளது. சச்சிதானந்தம் பிரஸ் வெளியிட்ட (1912) மரியாதை ராமன் தொகுப்பில் ராவுத்தர் சாட்சிசொன்ன கதை என்ற தலைப்பில் இக்கதையின் வேறு வடிவம் உள்ளது. பேச்சு வழக்கில் தெனாலிராமனுக்கும் இதைச் சார்த்திக் கூறுவதுண்டு.

அந்தக் கிராமத்தின் தலைவன் நேர்மையானவன். அவனுக்குச் சொந்தமாய் ஒரு குதிரை இருந்தது. அதை வீட்டின் பின்புறத்தில் கட்டியிருந்தான். ஒருநாள் மாலையில் அவன் குடும்பத்துடன் வெளியூர் கோவிலுக்குப் போயிருந்தான். அடுத்தநாள் சூரிய உதயத்தின் போதுதான் திரும்பி வந்தான்.

குதிரைக்குப் புல்கொடுக்க வேண்டிய நேரம் அது. வீட்டின் பின்புறம் போனான். குதிரையைக் காணவில்லை. யாரோ அதைத் திருடியது தெரிந்தது. குதிரையின் கால் தடம் செல்லும்

பாதைவழி நடந்தான். ஒரு பாளையக்காரனின் வீட்டில்போய் அது முடிந்தது. அங்கே அவனது குதிரை நிற்பதைப் பார்த்தான்.

பாளையக்காரனிடம் அது பற்றி அப்போது பேசினால் பலன் கிடைக்காது; காரியமும் கெட்டுவிடும் என்று நினைத்தான். கிராமத் தலைவன். ராஜாவிடம் போனான். "அரசே என் குதிரையைப் பாளையக்காரன் ஒருவன் திருடி அவன் வீட்டில் வைத்திருக்கிறான். அதை மீட்டுத் தாருங்கள்" என்றான்.

அரசன் "அது உன் குதிரைதான் என்பதற்கு யார் சாட்சி?" என்று கேட்டான். கிராமத்தலைவன் என் பக்கத்து வீட்டுக்காரனுக்கு என் குதிரை தெரியும்; அவனை அழைத்துக் கேளுங்கள்" என்றான்.

ராஜா கிராமத்து தலைவனின் பக்கத்து வீட்டுக்காரனையும் பாளையக்காரனையும் அழைத்துவர உத்தரவு இட்டான். குதிரையும் வந்தது.

ராஜா பக்கத்து வீட்டுக்காரனிடம் "இந்தக் குதிரை யாருடையது சொல்லு" என்றான்.

அவன் யோசித்தான். கிராமத் தலைவனோ அடுத்த வீட்டிலிருக்கிறான்; அவன் தயவு எப்போதும் வேண்டும். பாளையக்காரனோ முரடன்; அவனைப் பகைத்தால் என் வீட்டிலும் கொள்ளையடிப்பான்.

அதனால் இரண்டு பேரையும் பகைக்கக் கூடாது. ராஜா புத்திசாலி. உண்மையைச் சாமர்த்தியமாகப் பேச வேண்டும். அவர் கண்டுபிடிப்பார் என்று நினைத்தான்.

ராஜாவை ஒருமுறை வணங்கிவிட்டு "ராஜாவே இந்தக் குதிரையை முன்னே பார்த்தால் கிராமத்தானின் குதிரை போலவும் பின்னே பார்த்தால் பாளையக்காரனின் குதிரை போலவும் உள்ளது. நீங்களாக யோசித்துச் செய்யுங்கள்" என்றான்.

அந்த அரசன் அதி புத்திசாலி. கூர்மையான புத்தியுடையவன். பக்கத்து வீட்டுக்காரன் சொன்னதன் அர்த்தத்தைப் புரிந்துகொண்டான். சாதுர்யத்தையும் கவனித்தான். அவன் குதிரையின் முன்னே என்றது குதிரையைத் திருடுவதற்கு முன்பு

என்றும் பின்னே என்றது திருடிய பின்பு என்றும் பொருளை ஊகித்தான்.

பாளையக்காரனிடம் விவாதிப்பது போல் பாசாங்கு செய்தான். நீ இந்தக் குதிரையை யாரிடம் வாங்கினாய் என்று கேட்டான். பயமுறுத்தினான். பாளையக்காரன் தன் குற்றத்தை ஒப்புக்கொண்டான். மன்னிக்க வேண்டும் என்றான். அரசனும் வழக்கை நீட்ட விரும்பவில்லை. "போ இனிமேல் இப்படி வழக்கு வந்தால் உயிரோடு இருக்கமாட்டாய்" என்றான்.

20

கடற்கரை நாயும் கரைக்கோட்டை நாயும்

இந்தக் கதையைத் தோல்பாவைக்கூத்துக் கலைஞர் கலைமாமணி பரமசிவராவ்தான் சொன்னார். இது சூழ்நிலையின் காரணமாய் சொல்லப் பட்ட கதை. சென்னையில் தமிழகக் கிராமியக் கலைஞர்கள் சங்கம் மாநாடு முடிந்த சமயம் (1986).

பரமசிவராவ் தோல்பாவைக் கூத்துக் கலைஞர்களின் சாதிச் சங்கத்தைத் தொடங்கத் திட்டமிட்டார். அவரைத் தலைவராகவும், ராமச்சந்திரன், ராமசாமி எனச் சில கலைஞர்கள் உறுப்பினர்களாகவும் கொண்டு சங்கம் ஆரம்பிக்கப்பட்டது. நான் சங்க ஆலோசகர்.

கணிகர் சாதிக் கலைஞர்களின் சங்க முதல் கூட்டம் என் வீட்டு மொட்டை மாடியில் நடந்தது. 32 பேர்கள் வந்திருந்தனர். அன்று மாலை பத்மநாமபுரம் தொகுதி பி.ஜே.பி., எம். எல்.ஏ வேலாயுதம் அவர்களைச் சந்திக்கப் போனோம். அவர் என் நண்பர்; பேராசிரியர் ஒருவரின் தாய்மாமா. எளிதாகச் சந்தித்துப் பேசினோம்.

இதன்பிறகு பரமசிவராவ் மாவட்ட ஆட்சியர் அலுவலகத்துக்கு அடிக்கடி போனார். இப்போது அவரது தோற்றம் மாற ஆரம்பித்தது. தினமும் முகச்சவரம், வெள்ளை வேட்டி, முழுக்கை சட்டை என்ற கோலத்துடன் இருந்தார்.

கொஞ்ச நாளில் சாதிக்காரர்களைப் பற்றி அலுப்புடன் பேச ஆரம்பித்தார். அப்போது திருமலாபுரம், முத்துநகர் குடியிருப்பில் கணிகன் இருந்தனர். அவர்களில் யாருக்கும் சாதிச் சான்றிதழ் கிடையாது. அவர்களில் யாரும் பள்ளிக்கூடம் போகவில்லை. அதனால் பிரச்சினை வரவில்லை.

பரமசிவராவ் தன் சாதிக்காரர்களை ஒடுக்கப்பட்டவர் சாதிப்பிரிவில் சேர்த்துவிட வேண்டும் என்பதில் வெறியுடன் இருந்தார். ஒருநாள் அவர் தலைமையில் மாவட்ட ஆட்சியர் அலுவலகத்தின் எதிரே ஒருங்கிணைத்து ஒரு கூட்டம் நடத்தினோம் எப்படியோ அவர் சாதிச் சான்றிதழ் பெற்றுவிட்டார்.

தோல்பாவைக்கூத்துக் கலைஞர்கள் கணிகர் என்னும் சாதியினர். தாய்மொழி மராட்டி. ஆனால் இச்சாதியினருக்குக் கிடைத்த சான்றிதழியில் இந்து டொம்பர் என உள்ளது. இந்த சாதியினர் கழைக்கூத்து நடத்துபவர். தாய்மொழி தெலுங்கு. எப்படியோ ஒடுக்கப்பட்ட பிரிவில் இருந்தால் சரி என்ற முடிவுக்கு அவர் வந்து விட்டார்.

ஒருநாள் அலுப்போடு பேசிக்கொண்டிருக்கும்போது என் கதை கரைக்கோட்டை நாயும் கடற்கரை நாயும் மாதிரி ஆகிவிட்டது என்றார். "புரியவில்லையே" என்றேன். அப்பா சொன்ன கதை கேளுங்கள் என்றார்.

கன்னியாகுமரி கடற்கரையில் ஒரு பெண் நாய் இருந்தது. அதற்கு நண்பன் ஒருவன் உண்டு. அவன் கரைக் கோட்டை என்ற ஊரில் இருந்தான். அந்த ஊர் மலையடிவாரத்தில் இருந்தது.

ஒருநாள் கன்னியாகுமரி நாய் கரைக்கோட்டை நாயை விருந்துக்கு அழைத்தது. மலையடிவாரத்து நாய் கடற்கரைக்கு வந்தது. கடற்கரையில் எங்கே போனாலும் மீன்தலை, குடல், வால் என ஒரே வரவேற்பு. கரைக்கோட்டை நாய் வேண்டிய மட்டும் தின்றது.

அஞ்சாறு நாள் இப்படியே கடந்தது. "சொந்த ஊரில் தேடுவார்கள்; போகிறேன்; நண்பனே நீயும் என் ஊருக்கு ஒருமுறை விருந்துக்கு வா" என்றது. கடற்கரை நாயும் ஆகா வருகிறேன். நான் மலையைப் பார்த்ததில்லை என்றது.

கொஞ்சநாள் கழித்து கடற்கரை நாய் கரைக்கோட்டை ஊருக்குப் போனது, நண்பனைச் சந்தித்தது. இரண்டும் பரஸ்பரம் பழைய செய்திகளைப் பேசிக் கொண்டன. ரொம்ப நேரம் ஆனது. கடற்கரை நாய் பசிக்கிறதே சாப்பிடலாமா என்றது, கரைக்கோட்டை நாய் நண்பனை ஒரு வீட்டின் பின்வாசலுக்கு அழைத்துச் சென்றது.

அங்கே எச்சியிலைகள் இரண்டு மூன்று கிடந்தன. கரைக் கோட்டை நாய் "நண்பா விருந்து சாப்பிடு" என்றது. நண்பன் பரிதாபமாய் பார்த்தான். அதற்குப்பசி; வேறுவழியில்லை. எச்சியைச் சாப்பிட்டது; வயிறு நிறையவில்லை. கரைக்கோட்டை நாய் நண்பா இன்னொரு வீட்டிற்குப் போவோம் என்றது, இரண்டும் போயின; அங்கு கணிசமாய் இலைகள் கிடந்தன; இரண்டும் சாப்பிட்டன.

இப்படியே இரண்டு மூன்று நாட்கள் நகர்ந்தன. கடற்கரை நாய் "நண்பனே இப்படி இங்கே காலம் கழிப்பதை விட என்னுடன் வந்துவிடு; நிம்மதியாக இருக்கலாம்; வயிறு நிறையச் சாப்பிடலாம்" என்றது. கரைக்கோட்டை நாய் "இங்கே அரைப்பட்டினிதான். ஒத்துக் கொள்ளுகிறேன். ஆனால் நம்ம சாதிக்கு இந்த ஊரில் பெரிய மரியாதை உண்டு; தெரியுமா; மனுசங்களுக்குச் சமமா நம்மள இங்கே பேசுகிறார்கள்" என்றது.

கடற்கரை நாய் "அப்படி ஒரு விஷயம் இருக்கிறதா? நம் சாதிக்கு மரியாதையா பார்க்கலாமா" என்று கேட்டது. நண்பன் "வா அழைத்துச் செல்லுகிறேன்" என்றான்.

கடற்கரை நாய் நண்பனை ஒரு வீட்டின் பின்னே அழைத்துச் சென்றது. அந்த வீட்டில் கணவனும் மனைவியும் சண்டைபோட்டுக்கொண்டிருந்தார்கள். கணவன் மனைவியைப் பார்த்து "நாயே தெருப்பொறுக்கி நாயே" என்று ஏசினான். கரைக் கோட்டை நாய் "நண்பா இப்போது ஏச்சுப்படுகிறாளே

இவள் பெரிய பணக்காரி. இவளை ஏசுவதற்கு நம் சாதியைச் சொல்லித்தான் ஏசுகிறார்கள் என்றது.

இரண்டு நாய்களும் இன்னொரு வீட்டின் பின்னே சென்றன. அங்கே ஒரு பெண் கணவனை ஏசிக்கொண்டிருந்தாள். "நாயே உனக்கு எத்தனை முறை சொல்லுவது நாயே" என்றாள். கரைக்கோட்டைநாய் "நண்பனே இந்த ஆம்பிளை பெரிய அதிகாரி; சொந்தமாய் கார் உண்டு; ஆனால் இவரை நம் சாதியைச் சொல்லித்தான் ஏசுகிறாள்" என்றது.

இரண்டு நாய்களும் இப்படியாக சில வீடுகளுக்குச் சென்றன. நாயே என்று ஏசுவது சகஜமாய் இருந்தது. இரண்டும் ஊரின் எல்லையில் ஒரு மரத்தின் கீழே வந்து ஓய்வெடுத்தன. கரைக்கோட்டை நாய் "நண்பனே நீ பார்த்தாயா நம் சாதிக்குள்ள மரியாதையை; இந்தப் பேருக்காகத்தான் இங்கே கிடக்கிறேன்" என்றது.

கடற்கரைநாய் பொறுமையாக எல்லாவற்றையும் கேட்டது. "வேண்டாம் இந்தப் பேரு எனக்கு வேண்டாம். நான் போகிறேன்" என்று சொன்னது.

பரமசிவராவ் இந்தக் கதையைச் சொல்லிவிட்டு "சாதித்தலைவர் பதவி எனக்கு வந்த பிறகு காசு பெறாத பயங்க என்னப் பார்த்து கேக்குற கேள்வி படுத்துறபாடு இருக்கே சொல்லி முடியாது. ஆனால் என்னதான் ஏசினாலும் எங்க சாதியில யாரோ ஒருத்தன் என்ன தலைவரேன்னு கூப்பிடும் சமயத்துல எல்லாம் மறந்து போகும்" என்றார்.

21

தலைப்பக்கம் நான் தூக்குவேன்

தோல்பாவைக் கூத்து ராமாயண நிகழ்ச்சியில் இடையே உச்சிக்குடும்பன் உளுவத்தலையனுக்குச் சொல்லுவதாக வரும் கதை.

தோல்பாவைக்கூத்துக் கலைஞர்களிலேயே உன்னதமானகடைசிக்கண்ணிபரமசிவராவ்தான் (1942- ...) அவரது அண்ணன் சுப்பையாராவ் (1908-2003) தம்பியைவிட இன்னும் மேல். சுப்பையாராவ் தந்தை கோபாலராவ் (1882-1976) அவரது தந்தை கிருஷ்ணராவ் (1860-1948) அவரது தந்தை சாமிராவ் (1830-1900) அவரது தந்தை கிருஷ்ணராவ் (1800-1882).

முந்தைய நான்கு தலைமுறைகளைப் பற்றிய செய்திகளை வரைபடமாக வைத்திருக்கிறார் சுப்பையாராவ். நான் அவரிடம் கேட்ட கதைகள். பேசிய விஷயங்களை எல்லாம் முழுவதையும் பதிவு செய்யாமல் விட்டது தவறு தான். இப்பொழுது தெரிகிறது.

அன்று (1988) அரிஷ்டம் (விலைகுறைந்த நாட்டுமது) கொஞ்சம் குடித்திருந்தார். ஒரு ரூபாய்க்குத்தான் குடித்திருக்கிறேன் என்றார். அவர் மிதமான போதையில் இருந்தால் உற்சாகமாகப் பேசுவார்.

“தப்பா நினைக்காதீங்க. பாலுகுடி மாறாததெல்லாம் கதநடத்த ஆரம்பிச்சாச்சு. நடத்துறதக் குத்தஞ் சொல்லல்லே; அதுக்குக் கொஞ்சம் ஞானம் வேண்டாமா?” என்று கேட்டுவிட்டு இரும ஆரம்பித்தார்.

கொஞ்சநேரம் கழித்து மறுபடியும் பேசினார். ஜனங்க எங்க கூத்து பார்க்க வர்ரதே ராமன் கதையைப் கேட்கத்தான். திரும்பத் திரும்பப் பார்த்தாலும் அலுக்காத கூத்து. ராமன் கத யாருக்கு அலுக்கும். அதச் சரியா சொல்ல வேண்டாமா?

சின்னப்பயலுவ புதுசா வித்தப்படிச்சுட்டு ஆசான் ஆயிடுறாங்க. அப்பா காலத்துல மைக்கெல்லாம் கிடையாது. புன்னைக்காய் எண்ணெய் விளக்குதான். 2-3 மணி நேரம் வர கூத்து நடக்கும். அப்பா ஒன்றரை கட்டயில பாடுவாரு. அவருக்கு ஓய்வுகொடுக்க நான் தமாஷ்காட்சிகளைக் காட்டுவேன். அப்போது கூத்து பார்க்கிறவங்கள்ள குஞ்சு குறுமான்களெல்லாம் (குழந்தைகள்) ஒட்காந்திருக்கும். பெரியவங்க வெளியில நிப்பாங்க.

அப்போ நான் கதைகள அப்படியே சொல்லுறதில்ல. உச்சிக்குடும்பன் உளுவத்தலையனுக்குச் சொல்லுற மாதிரி அமைச்சுக்குவோம். அதுல ஒருகத அரைகுற வைத்தியன் கதை. இந்தப் பீடிகையுடன் கதை சொல்ல ஆரம்பித்தார் சுப்பையாராவ்.

ஒரு ஊரில் பெரிய வைத்தியன் ஒருவன் இருந்தான். அவன் திறமையானவன். அவன் உடம்பைத் தொட்டுப் பார்த்தாலே குணமாகும். அப்படி ஒரு ராசி. அவங்ககிட்ட வைத்தியம் படிச்சி சீடனாகவந்துசேர்ந்தான் ஒருவன். கொஞ்ச நாளில் குருவைத்தியன் செத்துப்போனான். சாகிறப்போ மருந்துப் பெட்டியைச் சீடன் கையிலே கொடுத்து பார்த்துப் பொழச்சுப்போ என்றான்.

சீடன் பெரிய வைத்தியனின் பேரச் சொல்லி வைத்தியம் செய்ய ஆரம்பிச்சான். அவன் யோகம் பழிவராமல் போனது. பெரிய வியாதின்னா அவன் தொடமாட்டான். ஒதுக்கி

விட்டிருவான். இப்படி இருக்கச்சே ஒருநாள் கிழவி ஒருத்தி அரைகுறை வைத்தியனிடம் வந்தாள். "அப்பா என் மகன் சாகக் கிடக்கிறான். பேதியா போகுது. வந்துபாரு கேட்ட பணத்தைத் தாரேன்" என்றாள்.

சீடன் அவள் பேச்சுக்கு மறுப்பு சொல்லவில்லை. பசையுள்ள இடம். வேறு ஆள் அவளுக்கு இல்ல. நல்லா கறந்திரலாம். யோசிக்காமல் அவளுடன் சென்றான். உதவிக்கு ஒரு ஆளையும் அழச்சிட்டுப் போனான்.

கிழவியின் மகன் பேதி கண்டு தளர்ந்து கிடந்தான். மருந்து கொடுத்துப் பிரயோஜனம் இல்லை என்று அவன் ஊகித்துக் கொண்டான். இருந்தாலும் மருந்து கொடுத்தான். கொஞ்ச நேரத்தில் அவன் இறந்து போனான்.

கிழவி வைத்தியனிடம் "அப்பா எனக்கு சொந்தம் பந்தம் யாருமில்லை. என் மகனை நீங்க ரெண்டு பேரும் தான் சுடுகாட்டுக்குக் கொண்டுபோய் அடக்கம் செய்யணும். அதுக்கும் சேர்த்துப் பணம் தாரேன்" என்றாள்.

வைத்தியன் யோசித்துப் பார்த்தான். பத்து நாள் வைத்தியத் தொழில் செய்வதைவிட பிணம் தூக்கினா அதிகம் பணம் கிடைக்கும். ஏன் மறுக்கணும். இதுவும் தொழில் தானே. தொழில் செய்வதில் என்ன குறை என்றெல்லாம் யோசித்துப் பார்த்தான். "சரி பாட்டி பிணத்தை அடக்கம் செய்கிறேன்" என்றான்.

பிணத்தின் தலைப்பகுதியில் அரை குறை வைத்தியனும் கால் பகுதியில் துணைக்கு வந்தவனும் தோள் போட்டனர். பணத்துக்கு ஆசைப்பட்டு நாலுபேர் தூக்க வேண்டிய பிணத்தை ரெண்டு பேராகக் கஷ்டப்பட்டு தூக்கிக்கொண்டு சென்றனர்.

வழியில் பிணத்தின் ஆசனவாய் திறந்து மலம் கொட்ட ஆரம்பித்தது. நீரும் மலமும் பிணம் தூக்கிய வைத்தியனின் உதவியாளின் தலையில் சொரிந்தது. பிணத்தைப் பாதியில் வைக்க முடியாது. இரண்டு பேரும் கஷ்டப்பட்டுச் சுடுகாட்டுக்குக் கொண்டு சென்றனர். எரித்தும் விட்டனர். அன்று நல்ல வருமானம்.

இதன்பிறகு கொஞ்சநாள் அரைகுறை வைத்தியனுக்கு வருமானம் இல்லை. ஒருநாள் வயதான பெண் ஒருத்திக்குப் பேதியாகிறது வா என அழைத்தான் ஒருவன். உடனே வைத்தியன் அவனது உதவியாளுடன் போனான். நோயாளி அங்கே படுத்துக் கிடந்தாள்.

வைத்தியன் அவளைப் பரிசோதித்தான். அவள் செத்துப் போவாள் என்று தெரிந்தது. ஐந்தாறு சொந்தங்கள் சுற்றி நின்றனர். வைத்தியன் நோயாளிக்கு மருந்து கொடுத்தான். கொஞ்சம் நேரம் ஆனது. வைத்தியன் அவனுக்கு நாடி பிடித்துப் பார்த்துவிட்டு ரெம்பநேரம் தாங்காது என்றான்.

வைத்தியன் இந்தப் பிணத்தையும் தூக்கப் பேரம் பேசலாம் என்று நினைத்தான். உண்மையில் நோயாளி சாகவில்லை. செத்துக் கொண்டிருந்தாள். இந்தச் சமயம் உதவியாள் "வைத்தியரே இந்தமுறை நான் தான் தலைப்பக்கம் தூக்குவேன். போனமுறை பட்ட வாடை இன்னும் போகவில்லை" என்றான்.

சுற்றி நின்ற உறவினர்களுக்கு ஒன்றும் புரியவில்லை. உதவியாள் பழைய கதையைச் சொன்னான். இதைக் கேட்ட சொந்தக்காரர்கள் இரண்டு பேரையும் அடித்துத் துரத்திவிட்டனர்.

இந்தக் கதையைச் சொல்லி விட்டு சுப்பையாராவ் எல்லாம் அரைகுறையாப் படிச்சுட்டு தொழில் ஆரம்பிச்சா இப்படித்தான் என்றார்.

22

புதுப்பேய்க்குச் சூடு போடு

ஸ்ரீ மகள் கம்பெனி வெளியிட்ட பழங்கதைகள் தொகுப்பிலும் (1962) திருச்சி அஞ்சனா பிரஸ் வெளியிட்ட (1936) கதைகதையாம் காரணமாம் தொகுப்பிலும் உள்ள கதை. இதே கதையைச் சுப்பையாராவும் சொல்லி இருக்கிறார்.

ஒரு குடியானவன் கலப்பைக்கு மரம் வேண்டி கிராமத்தின் காட்டுப்பகுதிக்குப் போனான். பெரிய புளியமரத்தைப் பார்த்தான். கேட்பார் கேள்வியில்லாத மரம். வெட்டலாம் என முடிவு செய்தான். வெட்டுவதற்கு ஆட்களைக் கொண்டு போகலாம் என்றும் நினைத்தான்.

அந்த மரத்தில் கொஞ்சம் பேய்கள் குடியிருந்தன. கிராமத்தான் மரம் வெட்டுவதற்கு நோட்டம் பார்ப்பதைப் புரிந்துகொண்டன. பேய்கள் எல்லாம் மரத்திலிருந்து இறங்கி வந்தன. குடியானவனைப் பார்த்துப் பேச ஆரம்பித்தன.

பேய்கள் "அய்யா எதற்கு மரத்தை வெட்டப்போகிறீர்?" என்று கேட்டன. விவசாயி

"வயலில் எள் விதைக்கப் போகிறேன். உழுவதற்குப் புதிய கலப்பை வேண்டும். அதற்குத்தான் மரம் வெட்டப் போகிறேன்" என்றான்.

பேய்கள் எல்லாம் அவன் முன்னே வந்தன. இந்த மரத்தில் பல வருஷங்களாக நாங்கள் குடியிருக்கிறோம். உங்களுக்கு எள் தானே வேண்டும் சேமித்துத் தருகிறோம். மரத்தை வெட்ட வேண்டாம் என்று கெஞ்சிக் கேட்டன. குடியானவன் "சரி உங்கள் விருப்பம்" என்றான்.

ஒருமுறை வேறு ஊரில் உள்ள புதுப்பேய் என்னும் பெயருடைய பேய் ஒன்று புளியமரத்துக்கு வந்தது. அங்கிருந்த பேய்கள் எல்லாம் கவலையுடன் இருப்பதன் காரணம் என்ன என்று கேட்டது. புளியமரத்துப் பேய்கள் எள் சேமிக்கக் கஷ்டப்படும் காரியத்தைச் சொல்லின. புதுப்பேய் "இந்த உழவனுக்கா இவ்வளவு பயம். இப்போதே அவனைக் கொன்று வருகிறேன். கவலைவிடுக" என்றது. உழவனின் வீட்டிற்குப் போனது; உழவன் தொழுவத்தில் இருந்தான்.

உழவன் அப்போது புதிதாக வாங்கியிருந்த மாட்டிற்குச் சூடு போட்டுக் கொண்டிருந்தான். புதுப்பேய் என்னும் ஊரிலிருந்து விலைக்கு வாங்கிய மாடு சண்டித்தனம் செய்தது. உழவன் தன் வேலைக்காரனிடம் "புதுப்பேயை விடாதே கட்டிப்போட்டு சூடுபோடு" என்றான்.

குடியானவனின் பேச்சைக் கேட்ட புதுப்பேய், மேலிருந்து சப்தமாக "அய்யா இந்த ஊர் புளியமரத்துப் பேய்கள் என்னை உங்களிடம் அனுப்பினார்கள்; உங்களுக்கு எள் வேண்டுமா எண்ணெய் வேண்டுமா என்று கேட்டுவரச் சொன்னார்கள். என்ன வேண்டும்" என்று கேட்டது. குடியானவன் "எண்ணெய்தான்" வேண்டும் என்றான்.

புதுப்பேய் புளியமரத்துப் பேய்களிடம் குடியானவனின் கட்டளையை அப்படியே சொன்னது. அந்தப் பேய்கள் தலையில் கைவைத்து அழுதன.

23

திருப்பதிக்குப் போன வெங்கடரெட்டி

●●●●●

தோல்பாவைக் கூத்தில் சுப்பையாராவ் நிகழ்த்திக் காட்டிய கதை. இதில் வேங்கடரெட்டியாக வைகாசியும் மனைவியாக, பூசாரியா அமிர்தமும் உளுவத்தலையனும் நடிப்பார்கள். இதே கதை செந்தில் கவுண்டமணி நடிப்பில் தமாஷ் காட்சியாகவும் ஒரு சினிமாவில் வந்திருக்கிறது. இக்கதையின் வேறு வடிவங்களும் உண்டு.

ஒரு ஊரில் வெங்கடரெட்டி என்பவன் இருந்தான். அவனுக்குத் திருப்பதிக்குப் போக வேண்டும் என்று ஆசை. நடக்காமல் காலம் கடந்தது. ஒருநாள் வீட்டின் பின்புறமுள்ள வைக்கோல் போரின்மேல் அமர்ந்திருந்தான். பக்கத்தில் அவனது நாயும் இருந்தது.

வெங்கடரெட்டி இப்படியே யோசித்துக் கொண்டிருந்தால் மனைவியிடம் சொல்லிக் கொள்ளாமலேயே திருப்பதிக்குப் போக வேண்டியதுதான். சொன்னால் தடை

சொல்லுவாள் என்று நினைத்தான். அவளிடம் சொல்லாமலே போனான்.

வெங்கடரெட்டி திருப்பதிக்கு போன கொஞ்சநேரத்தில் வைக்கோல் படைப்பு தீப்பிடித்துவிட்டது. அங்கே நின்ற நாயும் தீயில் விழுந்தது. ஊர்க்காரர்கள் தீயை அணைத்தனர்.

ரெட்டியின் மனைவி அவர் இந்தப் போரில்தானே அமர்ந்திருந்தார் எரிந்து போய்விட்டாரே என்று புலம்பினாள். சொந்தக்காரர்கள் சமாதானப்படுத்தினர். போர் எரிந்த சாம்பலிலிருந்து நாயின் எலும்புகளைச் சேகரித்தாள் ரெட்டியின் மனைவி. எல்லாம் கணவனின் அஸ்தி என நினைத்தாள்.

எலும்புகளைக் கடலில் போடக் கொடுத்தாள். தாலியையும் கழற்றி விட்டாள். நாட்கள் கடந்தன. ஒருநாள் ரெட்டி வந்தான். நெற்றியில் நாமம்; கையில் கம்பு; தலையில் தலைப்பாகை; இரவு நேரம், முன் கதவைத் தட்டினான். பதில் இல்லை.

ரெட்டி பின்வாசலுக்குப் போனான். அங்கே ரெட்டியின் மனைவி நின்றாள். ரெட்டியின் கோலத்தைப் பார்த்தாள். பேய் என்று நினைத்து கதவை அடைத்து விட்டாள். ரெட்டி வீட்டின் பின்பகுதியிலேயே இருந்தான். விடிந்தது. ரெட்டியின் மனைவி ஊர்க்கோவில் பூசாரியும் வந்தான். விடிந்ததும் உண்மை தெரிந்தது.

24

உளுவத்தலையனின் கல்யாணம்

இந்தக்கதை தோல்பாவைக் கூத்து நிகழ்ச்சியில் இப்போதும் நிகழ்த்திக் காட்டப்படுகிறது. சுமார் அரைமணி நேரம் நடக்கும். இந்த நிகழ்ச்சிக்கு நல்ல வரவேற்பு உண்டு.

உச்சிக்குடும்பனும் உளுவத்லையனும் சகோதரர்கள். உச்சி மூத்தவன். அவனது மனைவி அமிர்தம். உளுவனுக்குத் திருமணம் ஆகவில்லை. அவனுக்குக் கல்யாண ஆசை; உச்சியிடம் வெட்கப்பட்டுக் கொண்டே பேசுகிறான்.

உனக்கு இருக்கே எனக்கு இல்லையே - உளுவன்

என்னடே எனக்கு இருக்கு - உச்சி

அதுதான் இருக்குதே எனக்கு அது வேண்டும்

என்னவேணும்

நீ வெளியில எப்படிப்போவே

நடந்து போறேன்

கூட யார் வார்ரா

என் பொண்டாட்டி

அதுதான் எனக்கு வேண்டும்

எலே என் பொண்டாட்டி உனக்கு வேண்டுமா

இல்லே நான் சொல்றது...

மூதேவி அண்ணன் பொண்டாட்டி உனக்கு வேணுமா

உன் பொண்டாட்டி மாதிரி எனக்கு வேணும்

எலே உனக்கு கல்யாணம் பண்ணனும்னு சொல்லு

ஆமா

எலே உனக்கு பெண்டாட்டி எப்படி இருக்கணும்டே

அழகா இருக்கணும் செவப்பா செண்டு மாதிரி ரதி மாதிரி

சரிடே பார்க்கிறேன்டே

உச்சிக்குடும்பன் உளுவனுக்குப் பெண்பார்க்க அலைய ஆரம்பித்தான். யாரெல்லாமோ சந்தித்து பேசுகிறான். ஒருமுறை கிராமத்துவழி போகும் போது அந்த அழகியைப் பார்த்தான்.

அவளது முகவரியை அறிந்து கொண்டு அவள் வீட்டிற்குப் போகிறான். அங்கே கணவனும் மனைவியும் சண்டைபோட்டுக் கொண்டிருக்கிறார்கள். கணவன் என்மகளை வெளியூர்காரனுக்குத்தான் கொடுப்பேன் என்கிறான். மனைவி என் தம்பிக்குத்தான் கொடுப்பேன் என்கிறாள்.

இந்தச் சமயத்தில் தான் உச்சிக்குடும்பன் அந்த வீட்டிற்கு வருகிறாள். “எங்க முதலாளிக்குப் பெண் பார்க்கிறோம். பி.ஏ. படிச்சிருக்கிறாரு. எப்பவும் இங்கிலீசுதான். அவருக்கு சொந்த கார் உண்டு. தோப்பு தொரவு உண்டு” என்றான்.

பெண்ணின் தகப்பன் உடனே சம்மதித்து விட்டான். மனைவியைத் தூக்கி எறிந்து பேசினான். “என் மகளை இவன் முதலாளிக்குத்தான் கொடுக்கப்போகிறேன்” என்றான்.

கலியாண நாளையும் நிச்சயத்தான். ஏற்பாடுகள் செய்தான். மாப்பிள்ளையும் வந்தான். பெண்ணின் தாய்மாமா அரிவாளைத் தூக்கி வந்தான். அவனது தகப்பன் அவனைச் சமாதானப்படுத்தினான். “தாலிகட்டு முடியட்டும்” என்றான்.

கலியாணம் முடிந்தது. தகப்பன் "என் மகளை நீ உடனே யாருக்கும் தெரியாமல் உன் இடத்திற்கு அழைத்துச் செல் இங்கே இருக்க வேண்டாம். இவன் தாய் மாமா வந்துவிடுவான். அதற்குள் போய்விடு" என்றான்.

உளுவன் பெரிய கோணிப்பை ஒன்றில் அவளை உட்காரவைத்துத் தூக்கிக் கொண்டு போனான். அவனுக்குக் கனம் தாங்க முடியவில்லை. அவளை ஏசியபடி சென்றான். காட்டுவழி உளுவன் சென்றான். அப்போது அவள் "ஐயோ அத்தான் தாகமாக இருக்கிறது" என்றாள். உளுவன் மூட்டையைக் கீழே வைத்துவிட்டு தண்ணீர் கோரப்போனான்.

அந்த நேரத்தில் அந்தப் பெண்ணின் தாய்மாமன் அங்கே வந்தான். நடுக்காட்டில் மூட்டை கிடப்பதைப் பார்த்தான்; அதை அவிழ்த்தான். அவனது முறைப்பெண். அவளைக் கட்டிக்கொண்டான். அவனுக்குப் புரிந்தது, தன்னுடன் வந்த வேட்டை நாயை அந்தக் கோணிப்பையில் வைத்தான். கட்டினான். தன் முறைப்பெண்ணுடன் சென்றுவிட்டான்.

உளுவன் கொஞ்ச நேரம் கழித்து வந்தான். மூட்டையைக் காலால் தட்டினான். கண்ணீர் வேண்டாமா எனக் கேட்டான். மூட்டையிலிருந்து லொள் லொள் என்ற சப்தம் கேட்டது. உளுவனுக்கு கோபம் "சீ நாயே பரிகாசம் பண்ணுகிறாயா?" என்று சொல்லிக் கொண்டே தண்ணீரை தரையில் கொட்டினான். மூட்டையைக் தூக்கிக்கொண்டு நடந்தான்.

உளுவன் வீட்டிற்கு வந்தான். உச்சியும் வந்தான். மூட்டையை இறக்கினான், சுற்றியுள்ளவர்கள் உளுவனின் பொண்டாட்டியைப் பார்க்க வந்தார்கள். உச்சி "லே மூட்டையை அவிழ்த்துவிடு எல்லோரும் உன் பெண்டாட்டிய பார்க்கட்டும்" என்றான்.

உளுவன் மூட்டையை அவிழ்த்தான். வேட்டை நாய் பாய்ந்து வந்தது உளுவன் உச்சி என முன்னே நின்றவர்களைக் கடித்தது. ஒரே களேபரம்.

இந்த நிகழ்ச்சியை இப்போதும் தோல்பாவைக்கூத்தில் காட்டுகின்றனர்.

25

வாத்தியாரைப் புலி கடித்த கதை

தோல்பாவைக் கூத்து ராமாயண இடை நிகழ்ச்சியில் உச்சிக்குடும்பன் உளுவத்தலையனுக்குச் சொல்வது போல வந்தாலும் இக்கதை வாய்மொழியாகவும் பேசப்பட்டிருக்கிறது. தமிழில் மட்டுமல்ல இந்திய மொழிகளிலும் வேறுவேறு வடிவங்களில் வருகிறது. தமிழில் புகழேந்திப் புலவனின் பெயரில் உள்ள அபிமன்னன் சுந்தரி அம்மானை பாடலிலும் இக்கதை வருகிறது.

புகழேந்திப் புலவனின் பேரில் 32க்கு மேற்பட்ட அம்மானைப் பாடல்கள் உள்ளன. இவை கி.பி. 17ஆம் நூற்றாண்டிற்கும் கி.பி. 18ஆம் நூற்றாண்டிற்கும் இடைப்பட்ட காலத்தில் எழுதப்பட்டிருக்கலாம் என்று மு.அருணாசலமும், நா.வானமாமலையும் ஊகிக்கிறார்கள். அப்படியானால் இந்த அம்மானைகளின் பேசப்படும் துணைக்கதைகளும் 200 ஆண்டுகளுக்கு முற்பட்டவை என்று ஊகிக்கலாம்.

அர்ஜீனனுக்கும் சுபத்திரைக்கும் பிறந்தவன் அபிமன்யூ. கிருஷ்ணனுக்கும் அலுமேலுவிற்கும் பிறந்தவள் சுந்தரி. அபிமன்யூவின் முறைப்பெண் சுந்தரி. இருவரும் குழந்தைப் பருவத்தில் ஒன்றாகப் பழகினார்கள். பரஸ்பரம் விரும்பினர்.

ஒருமுறை அபிமன்யூ சுந்தரியை விட்டுப் பிரிந்து வேறு இடத்தில் தங்க வேண்டிய நிலை வந்தது. அதனால் பிரிந்தான். சுந்தரி திருமண வயதிற்கு வந்தாள். இந்தச் சமயம் துரியோதனன் தன் மகன் லக்குணற்கு சுந்தரியை மணம் செய்யக் கேட்டான். கிருஷ்ணன் சம்மதித்தான். சுந்தரிக்கு விருப்பமில்லை. அப்போது தந்தையிடம் "அப்பா இந்தத் துரியோதனன் மாட்டிறைச்சியைக் குள்ளநரி விட்ட மாதிரி ஆகப்போகிறது" என்றாள்.

"அப்படியா குள்ளநரி எப்படி ஏமாந்தது. அந்தக் கதையைச் சொல்" என்று கேட்டான்.

அவளும் சொன்னாள்.

ஒருநாள் குள்ளநரி ஒன்று இறைச்சிக் கடைக்குப் போனது. கடைக்காரன் தூங்கிக்கொண்டிருந்தான். நரி பெரிய துண்டு இறைச்சியைக் கவ்விக்கொண்டு ஓடியது. ஓடி ஓடி ஆற்றங்கரைக்கு வந்தது. ஆற்றில் ஒரு வாளைமீன் துள்ளிப் பாய்ந்து கரையில் ஒதுங்கியது. அதைப் பார்த்து நரி மாட்டிறைச்சியை ஓரத்தில் வைத்துவிட்டு வாளைமீனைப் பிடிக்க ஓடியது. மீனோ மறுபடியும் துள்ளித் தண்ணீருக்குள் விழுந்தது.

நரி வாளைமீனை விட்டுவிட்டு மாட்டிறைச்சியைத் தின்ன வந்தது. ஆனால் பெரிய பருந்து ஒன்று அதைக் கவ்விக்கொண்டு பறந்தது. இக்கதையைப் போலத்தான் துரியோதனின் நிலையும் ஆகப்போகிறது.

இந்தக் கதையைச் சொல்லிவிட்டு "தந்தையே இன்னொரு கதை சொல்லுகிறேன் கேள்" என்றாள்.

கிருஷ்ணன் "சொல்" என்றான். சுந்தரி சொன்னாள்.

ஒரு ஊரில் அரசன் இருந்தான்; அவனுக்கு ஒரு மகள் உண்டு. அவள் ஐந்து வயதில் வைகுந்தன் என்ற ஆசிரியரிடம் படிக்கப்

போனாள். அவன் அவளுக்குக் கணிதம், இலக்கியம் எல்லாம் கற்பித்தான். அவள் 12 வயதில் எல்லாம் படித்து முடித்தாள்.

உபாத்தியாயரிடம் விடைபெற்றுப்போக வேண்டிய நேரம் வந்தது. அப்போது உபாத்தியாயன் அவளிடம் "பெண்ணே நான் உன்னிடம் ஆசையாக இருக்கிறேன். நாம் ரகசியமாகத் திருமணம் செய்துவிட்டு இந்த ஊரைவிட்டே போய் விடலாம்" என்றான்.

அந்தப் பெண் அவள் பேசுவதைப் பொறுமையாகக் கேட்டாள். "இப்படி நீர் பேசலாமோ? உபாத்தியாயன் தந்தைக்குச் சமம் அல்லவா? அதுவுமல்லாமல் என்னை மணக்க என் அத்தை மகன் காத்திருக்கிறான்" என்றாள். அவள் வீட்டிற்குப் போய் விட்டாள்.

நாட்கள் சில சென்றன. ஒருநாள் அந்தப் பெண் பருவமடைந்தாள். அரசன் உபாத்தியாயனுக்கு ஆள் அனுப்பினான். வந்தான். அரசன் "என் மகள் பருவமடைந்திருக்கிறாள்; ஜாதகம் கணித்துச்சொல் என்றான்.

உபாத்தியாயன் மனதில் கறுவிக் கொண்டான். அவளைப் பழிவாங்க சரியான நேரம் இது என்று மனதில் தீர்மானித்துக் கொண்டான்.

அவளது ஜாதகக் குறிப்பைத் திருப்பித் திருப்பிப் பார்த்தான். உபாத்தியாயன் பதில் பேசாமல் மவுனமாக இருந்தான். கவலைப்படுபவன் போல் முகத்தை வைத்துக் கொண்டு கண்ணை மூடினான்.

அரசன் உபாத்தியாயன் எதையோ சொல்ல மறைக்கிறான் என்று புரிந்து கொண்டான். "வைகுந்தரே தைரியமாகச் சொல்லும்" என்றான்.

உபாத்தியாயன் "அரசே இவள் பருவமடைந்த நேரம் சரியில்லை. உன் நாட்டுக்கு இவளால் ஆபத்து வரும். இவள் இந்த ஊரில் இருந்தால் கொள்ளை நோய் பரவும். அதனால் நீ இவளை ஒரு பெட்டியில் வைத்து ஓடும் ஆற்று நீரில் விட்டுவிடு. அடுத்த ஊருக்கு அது சென்றுவிடும். அங்கே அவளுக்கு உபசாரம் நடக்கும். யோசிக்காதே" என்றான். அரசன் உபாத்தியாயன் சொன்னபடி செய்துவிட்டான்.

உபாத்தியாயன் ஆற்றில் வரும் பெட்டியைத் தன் மாணவர்களின் உதவியுடன் எடுத்துச் சென்று ரகசியமாய் அவளை அடையத் திட்டமிட்டான். ஆனால் பெட்டி ஆற்றின் வழி வரும்போது ஒரு மரத்தில் சிக்கிக்கொண்டது.

இந்தச் சமயம் அந்தவழியே வேட்டைக்கு வந்த அப்பெண்ணின் அத்தை மகன், பெட்டியைப் பிடித்தான். திறந்து பார்த்தான். அதில் அவனது முறைப்பெண் இருந்தாள். நடந்த கதையை அவள் சொன்னாள்.

அந்த இளவரசன் எல்லாம் ஊகித்துக் கொண்டான். ஒரு புலியைப் பிடித்து பெட்டியில் அடைத்து ஆற்றில் விட்டான். திட்டப்படி ஆசிரியன் பெட்டியை வீட்டிற்குக் கொண்டு சென்றான். திறந்தான். புலி பாய்ந்து வந்து அவனைக் கடித்துக் குதறியது; கொன்றது.

26

வியாபாரி தானம் செய்த கதை

வில்லிசைப் புலவர் சித்திரைக்குட்டி (1908-1988) 20 ஆம் நூற்றாண்டு ஆரம்பத்தில் நடந்த வில்லுப்பாட்டு நிகழ்ச்சிகளில் குட்டிக்கதைகளைச் சொல்லுவது என்ற மரபு உண்டு. நானும் சொல்லியிருக்கிறேன் என்றார். ஒரு கதை சொன்னார்.

சிறு வியாபாரி ஒருவன் கல்லாவில் இருக்கும்போது துஷ்டபூனை ஒன்று அவன் கடைக்குள் நுழைந்தது. வியாபாரிக்குஏற்கெனவே அதன்மேல் வஞ்சம். இரண்டு எடைக்கல்லை குறி பார்த்து அதன்மேல் எறிந்தான். உடனே அது செத்து விழுந்தது.

இதைப் பார்த்துக் கொண்டிருந்த ஒருவன் "வியாபாரி என்ன செய்துவிட்டாய். பூனையை விரட்டி இருக்கலாமே பாவம் சம்பாதித்து விட்டாயே; பரிகாரம் செய்துகொள்" என்றான்.

அடுத்தநாள் வியாபாரி புரோகிதர் ஒருவரின் வீட்டிற்குச் சென்றான். பூனையைக்கொன்றதன் பாவத்திற்குப் பரிகாரம் செய்ய வேண்டுமென்று கேட்டான்.

புரோகிதர் "செய்யலாம் ஆனால் கொஞ்சம் செலவாகுமே" என்றான். வியாபாரி "எவ்வளவு செலவாகும்" என்று கேட்டான். புரோகிதன் "தங்கத்தால் ஒரு பூனை செய்து தானம் செய்ய வேண்டும்; நானே தானம் வாங்கி உன் பாவத்தை ஏற்றுக்கொள்ளுவேன்" என்றான்.

வியாபாரி "எனக்கு அவ்வளவு வசதியில்லையே" என்றான். புரோகிதர் வெள்ளியில் செய்யலாமே" என்றான். வியாபாரி "அவ்வளவு திடமில்லை" என்றான். "அப்படியானால் தாமிரம்" என்றார் புரோகிதர். வியாபாரி "அதற்கும் வழியில்லை" என்றான். புரோகிதர் அப்படியானால் "கொஞ்சம் வெல்லத்தில் பூனை செய்து தானம் செய்யலாம்" என்றார்.

புரோகிதர் அப்படிச் சொன்னதுதான் தாமதம். வியாபாரி தன் கடைக்கு ஓடிப்போனான். கொஞ்சம் வெல்லம் கொண்டு வந்தான் பூனை மாதிரி செய்தான். புரோகிதனிடம் கொடுத்தான்.

வெல்லப் பூனையைக் கையில் வாங்கிய புரோகிதன் "வியாபாரியே நீ பூனையைக் கொன்ற பாவத்தை நான் ஏற்றுக் கொள்கிறேன்" என்றான். அவன் சொல்லி முடித்ததும் வியாபாரி அவன் கையிலிருந்த வெல்லத்தைப் பிடுங்கி வாயில் போட்டுக்கொண்டான். புரோகிதன் திகைத்து நின்றபோது "புரோகிதரே கோபித்துக் கொள்ளாதீர். நான் பூனையைக் கொன்ற பாவத்தை நீர் ஏற்றுக்கொண்டு விட்டீர். வெல்லத்தைத் தின்ற பாவத்தை நான் ஏற்றுக் கொள்ளுகிறேன்" என்றான்.

இதுபோன்று வேறு கதைகளும் உள்ளன; ஒரு வடிவம் வருமாறு. இது முல்லா கடவுளை ஏமாத்தின கதை.

ஒருமுறை நசுறிதீன் முல்லாவுக்கு நல்ல காய்ச்சல். மருந்து குடித்தான், குணமாகவில்லை. அவன் மனைவி நம் கடவுளுக்கு நேர்ந்திருக்கிறேன். சரியாகும் என்றாள்.

முல்லா மனைவியிடம் "என்ன நேர்ந்தாய்" என்று கேட்டான். முல்லா "உன் குதிரையை விற்று அதில் கிடைக்கும் பணத்தை அப்படியே கடவுளுக்குக் கொடுக்க வேண்டும். நீ குதிரையை விற்று பணத்தை என்னிடம் தா. நான் நேர்ச்சைக் கடனைத்

தீர்ப்பேன்" என்றாள். முல்லா கொஞ்சம் யோசித்துவிட்டு சரி என்றான்.

முல்லா குணமாகி விட்டான். மனைவி குதிரையை விற்றுப் பணம் தா என்று நச்சரித்தாள். முல்லா "சரி இன்று குதிரையை விற்றுவிடுகிறேன்" என்றான். அவன் தன் குதிரையை விற்க வேண்டும் என்று முன்பே நினைத்திருந்தான்.

இப்போது அதற்குச் சரியான தருணம் வந்தது. குதிரையை அவிழ்த்தான். கூடவே ஒரு பூனையையும் எடுத்துக் கொண்டான்.

மனைவி "பூனை ஏன்" என்றாள். "குதிரைக்குத் துணை" என்றான் முல்லா. சந்தையில் பூனையையும் குதிரையையும் கட்டிப் போட்டான்.

முல்லா சத்தமாகக் கூவினான். குதிரை விலை ஒரு ரூபாய்; ஒரு ரூபாய் என்றான். கூட்டம் கூடியது.

கூட்டத்தைப் பார்த்து முல்லா சப்தமாகப் பேசினான்; குதிரை விலை ஒரு ரூபாய். பூனை விலை ரூ.5000. ஆனால் இரண்டையும் சேர்த்துத்தான் வாங்க வேண்டும் என்றான்.

பேரம் நடந்தது. கடைசியில் ஒருவன் 200 ரூபாய் குறைத்து 4800 ரூபாய்க்குப் பூனையை வாங்கினான். குதிரைக்கு ஒரு ரூபாய் கொடுத்தான். குதிரையையும் பூனையையும் எடுத்துக் கொண்டான்.

முல்லா வீட்டிற்கு வந்தான். மனைவியிடம் ஒரு ரூபாய் கொடுத்தான்; குதிரையை விற்ற பணம் என்றான். அவள் ஒரு ரூபாய் விலையா, பூனை எங்கே என்றாள். முல்லா "பூனையை 4800 ரூபாய்க்கு விற்றுவிட்டேன். அது எனக்கு இனி உன் நேர்ச்சையை முடிக்கலாம்" என்றான்.

27

இராஜா தன்னை நொந்து கொண்டார்

கரகாட்டக்கலை நிகழ்வில் கலைஞர் ஓய்வெடுக்கும் போதோ இடைநிகழ்ச்சியின் போதோ கலைக்குழுவில் ஒருவர் கதை சொல்லுவார். அல்லது பாட்டு பாடுவார்.

அவர் சொல்லும் கதை பெரும்பாலும் நகை உணர்வுடையாய் அல்லது இரட்டை அர்த்தத்துடன் கூடிய பாலுணர்வுக் கதையாக இருக்கும். பார்வையாளர்கள் இதைப் புரிந்து கொள்வார்கள்.

கலைக்குழு கதைசொல்லி சாதிகளைக் கிண்டல் செய்யும் வழக்காறுகளையும் கதைகளையும் கூறுவதுண்டு. ஒரு சாதியின் பொதுவான குணம் சில வழக்காறுகளில் நூலிழை போல் இழைந்து கிடக்கும். சாதியின் பலவீனமும் பட்டப்பெயர்களும் கூட லவகமாய் சொல்லப்படும். இதை யாரும் தவறாகவும் எடுத்துக் கொள்ளமாட்டார்கள்.

இப்படியான நிகழ்ச்சிகளில் கேட்ட கதைகளில் ஒன்று இது.

ஒரு ஊரில் நாவிதன், குயவன், வண்ணான் என மூன்று பேர்கள் இருந்தார்கள். மூவரும் நண்பர்கள். அவர்கள் அரசு அதிகாரி ஒருவனின் தயவைச் சம்பாதித்துக் கொண்டனர். அவர் சிபாரிசில் ராஜாவை நெருங்கி விட்டனர். ராஜா உங்கள் ஆசை என்ன என்று கேட்டான். மூவரும் "அரசு உத்தியோகம்" என்றனர்.

ராஜா நாவிதனை சுபேதார் ஆக்கினான். குயவனுக்கு பேஷ்கார் பதவி; வண்ணான் அவில்தார் ஆனான்.

இப்படியாக இவர்கள் பதவியில் இருக்கும்போது பாமர மகன் ஒருவனைப் போக்கிரி ஒருவன் அடித்துவிட்டான்.

குடியானவன் சுபேதாரிடம் வந்தான். போக்கிரி அடித்ததைச் சொன்னான். "நடந்த விஷயங்களைச் சமூகத்தில் சொல்லிவிட்டேன் இனி வைத்தால் குடுமி சிரைத்தால் மொட்டை" என்றான்.

சுபேதாரான நாவிதனுக்கு சுருக்கென்றது. குடியானவன் தன் தொழிலைச் சொல்லி குத்திக்காட்டுகிறான் என்று நினைத்து காவலனிடம் குடியானவனுக்கு 5 அடி கொடுக்கச் சொன்னான்.

குடியானவன் அடிபட்டுக்கொண்டு பேஷ்காரிடம் போனான். நடந்ததைச் சொல்லிவிட்டு சகலத்தையும் சொல்லிவிட்டேன் இனி தாங்கலாக பார்த்து "சட்டியாக பண்ணினாலும் சரி பானையாக பண்ணினாலும் சரி" என்று உலக வழக்கில் பேசினான்.

பேஷ்காரான குயவன் தன் தொழிலை அவன் பரிகாசிப்பதாக சொல்லி குடியானவனுக்கு 5 அடி தண்டனை கொடுத்தான்.

குடியானவன் அடியைப் பட்டுக்கொண்டு அவில்தாரிடம் போனான். அவனிடம் பழைய கதையைச் சொல்லிவிட்டு முடிவாக நீங்கள் "வெளுத்து கட்டினாலும் சரி சும்மா விட்டாலும் சரி" என்றான்.

அவில்தாருக்கு சுருக்கென்றது. தன் சாதியை இவன் குத்திப் பேசுகிறான் என நினைத்தான். காவலனிடம் இவனுக்கு 5 அடி கொடுக்கவும் என்றான்.

பாமரன் இனி வேறு வழி இல்லை என நினைத்து ராஜாவிடம் போனான். பழைய கதையைச் சொன்னான். சுபேதார், பேஷ்கார், அவுல்கார் என மூன்று பேரும் தன்னை நடத்தியதை முறையிட்டான். ராஜாவுக்கு புரிந்தது. பாமரனுக்கு பேசத் தெரியவில்லை சாதியறிந்தல்லவா உலக வழக்கை பேச வேண்டும் என்பதை நாசுக்காக அவனுக்கு சொன்னான். போக்கிரிக்கு 15 அடி கொடுக்க ஆணையிட்டான்.

28

வந்தானும் போனானும்

தாமிரபரணி ஆற்றங்கரையில் உள்ள ஏரல் அருணாசலசாமி கோவில் விழாவிற்குச் சிறப்புக் கரகாட்டம் பார்க்க போயிருந்தேன். எண்பதுகளில் பாதியில் இருக்கலாம். கரகாட்டக்குழுவினர் ஆட்டம் முடிந்து ஆற்றங்கரையில் ஓய்வாக உட்கார்ந்திருந்தனர். கரகாட்ட கோமாளியைச் சந்தித்தேன். அவரை கிராமியக் கலைஞர்கள் சங்கம்வழி முன்பே அறிவேன்.

அந்தக் கலைஞர் கலை நிகழ்த்துதல் மட்டுமல்ல தனிப்பட்ட பிரச்சனைகள் சிலவற்றையும் பேசினார். பேச்சுவாக்கில் ஒன்றிரண்டு கதைகள் சொன்னார். அந்தக் கதைகள் சிலவற்றை ஆர்.ஜி.பதி கம்பெனி புத்தகமாகவும் வெளியிட்டுள்ளனர். புத்தகத்தின் மூலம் கலைஞர்கள் தான். அவர் சொன்ன கதை வருமாறு.

ஒரு ஊரில் விவசாயி ஒருவன் இருந்தான். அவனுக்கு ஏழு மக்கள் இருந்தனர். அவர்களில்

ஒருவன் குறும்புக்காரன். அவனால் குடும்பமே அலைக்கழிந்தது. வேறுவழியில்லை. குடும்பத்தினர் அவனை நீ எங்காவதுபோய் பிழைத்துக்கொள் என்று சொல்லி விரட்டிவிட்டனர். அவன் அழுது கொண்டே போனான்.

அப்போது ஊர்த்தலையாரி வந்தான். அவனை விசாரித்தான். உன் பேர் என்ன என்று கேட்டான். பையன் "போர் சுட்டு பொரி பொறுக்கி" என்றான். தலையாரி நீ என் வைக்கோல் போருக்குக் காவலாக இரு என்று சொன்னான். குறும்புக்காரன் தலையை ஆட்டினான்.

தலையரி போனதும் குறும்புக்காரச் சிறுவன் வைக்கோல் போரைப் பற்ற வைத்தான். போர் பற்றியதும் நெல்பொரி தெறித்தது. அவன் பொரியைப் பொறுக்கி தின்ன ஆரம்பித்தான். அப்போது தலையாரி வந்தான்.

பையன் பொரி தின்னுவதைப் பார்த்ததும் தலையாரி அடப்பாவி இப்படி செய்து விட்டாயே என்றான். குறும்புக்காரன் "என் பெயரே போர் சுட்டுப் பொரி பொறிக்கி தானே" என்றான். தலையாரி அவனை அடி அடி என்று அடித்து விரட்டி விட்டான்.

குறும்புக்காரன் அழுதுகொண்டே போனான். வழியில் வாழைத்தோட்டக்காரன் ஒருவனை சந்தித்தான். அவன் பையனிடம் "என்னப்பா அழுகிறாய்? உன் பெயரென்ன?" என்று கேட்டான். பையன் "தோலிருக்க சுளை முழுங்கி" என்றான். "அப்படியா நான் ஒரு வேலை தருகிறேன்" என்று சொல்லி அவனை அழைத்துச் சென்றான்.

தன் வாழைத்தோட்டத்திற்கு அவனைக் காவலாக இருத்தினான். நான் சிறிது நேரம் கழித்து வருகிறேன் என்று சொல்லிவிட்டு போனான். பையன் வாழைத்தோட்டத்திற்கு உள்ளே போனான். பழுத்த பழங்களைக் குலையில் வைத்தே உரித்து தின்றான். தோல் வாழைக்குலயில் இருந்தது.

இந்த நேரத்தில் வாழைத்தோட்டக்காரன் வந்தான். அடப்பாவி காவல்காக்கிற லட்சணமா இது என்று சொல்லி அடித்தான். சிறுவன் "நான் தான் சொன்னேனே; என் பெயர் தோல் இருக்க

சுளை முழுங்கி" என்று என்றான். தோட்டக்காரன் அவனை அடி அடி என்று அடித்து துரத்திவிட்டான்.

பையன் அழுது கொண்டே போனான். அப்போது அவனை வண்ணான் ஒருவன் கண்டான். தம்பி அழாதே எனக்கு உதவியாக ஒருவன் வேண்டும் தேடிக் கொண்டிருக்கிறேன். வா உன் பெயர் என்ன என்றான். பையன் போனான் என்றான்.

வண்ணான் பெரிய துணி மூட்டையை எடுத்து இதை ஆற்றங்கரையில் கொண்டு வை என்றான். குறும்புக்காரன் மூட்டையுடன்போனான். கொஞ்சதூரம்சென்றதும்வண்ணாத்தி வந்தாள். உன் பெயர் என்ன என்று கேட்டாள். அவன் வந்தான் என்றான்.

குறும்புக்காரன் மூட்டையுடன் போய்விட்டான். கொஞ்ச நேரம் ஆனது. வண்ணான் "போனான்" என அழைத்தான்; கொஞ்ச தூரத்திலிருந்த வண்ணாத்தி வந்தான் என்றான். வண்ணான் அவனிடம் போனான்; காணவில்லை.

இப்படியே இவர்கள் போனான் வந்தான் எனச் சொல்லி ஏமாந்தபின் கடைசியில் குறும்புக்காரன் தங்களை ஏமாற்றியதை அறிந்தார்கள்.

29

அத்தேரிமாக்கு

தஞ்சைத் தமிழ்ப் பல்கலைக்கழகம் துணைவேந்தர் வ.அய்.சுப்பிரமணியம் ஓய்வு பெற்றபின் நாகர்கோவில் ஒழிவினச்சேரியில் தன் சொந்த வீட்டில் தங்கிய சமயம் (1992) ஒருநாள் காலையில் பார்க்க போனேன்.

அவர் பேசிக் கொண்டிருந்தபோது பேச்சுவாக்கில் "இந்தத் தெருவில் ஒரு சினிமா நடிகர் இருந்தாரே! பெயர் மறந்துவிட்டதே" என்றார். நான் "என்.எஸ்.கிருஷ்ணன்" என்றேன். அவர் இப்போதெல்லாம் இப்படித்தான் சில பெயர்கள் நொடியில் மறந்து போகின்றன என்று சொல்லிவிட்டு மறதி பற்றிய பல விஷயங்களை விரிவாகச் சொன்னார்.

ஒருமுறை தோல்பாவைக்கூத்துக் கலைஞர் சுப்பையாராவ் கூத்து நிகழ்ச்சியில் உச்சிக்குடும்பன் உளுவத்தலையனுக்குக் கூறுவதாக வரும் கதையைச் சொன்னார்.

பாமர விவசாயி ஒருவன் ஒருநாள் பக்கத்து ஊரிலிருந்த தன் மாமியார் வீட்டிற்குத் தனியாகப் போனான். மாமியார் அவனை உபசரித்தாள். நாட்டுச் சர்க்கரையும் பச்சரிசியும் சேர்த்து சமைத்த கொழுக்கட்டை செய்து கொடுத்தாள்.

அதுவரை அப்படி ஒரு பலகாரத்தை அவன் சாப்பிட்டதில்லை. அதன் பெயர் என்ன என்று கேட்க வெட்கமாய் இருந்தது. இருந்தாலும் கேட்டான். அவள் கொழுக்கட்டை; இலையில் பொதிந்து தருகிறேன் என்றாள் மாமியார்.

பாமரன், மாமியார் கொடுத்த கொழுக்கட்டை பொதியை வாங்கிக்கொண்டு காட்டுவழி நடந்தான். கொழுக்கட்டை என்ற பெயர் மறந்துவிடக்கூடாது என்பதற்காக அதை உரக்கச் சொல்லிக் கொண்டே போனான்.

வழியில் சிறிய ஓடை ஒன்று குறுக்கிட்டது. தெளிந்த தண்ணீர் ஓடிய அந்த ஓடையின் கரையில் மரங்களும் நின்றன. அவனுக்கு நாக்கில் நீர் ஊறியது பொதியைப் பிரித்தான். கொழுக்கட்டையைத் தின்றான். முழுதும் தின்றுவிட்டான்.

இந்தச் சமயத்தில் ஒரு வழிப்போக்கன் ஒருவன் வந்தான். அந்த ஓடையைத் தாண்ட அவன் மூச்சை அடக்கி அத்தேரிமாக்கு என்று சொல்லிக் கொண்டே தாண்டினான். பாமரன் அதைப்பார்த்து ஓஹோ இப்படிச் சொல்லிக்கொண்டு தாண்டலாம் போலிருக்கு என்று நினைத்தான்.

பாமரன் அத்தேரிமாக்கு என்று சொல்லிக்கொண்டு ஓடையைத் தாண்டினான். அப்போது கொழுக்கட்டை என்னும் பெயர் மறந்துவிட்டது. இப்போது அத்தேரிமாக்கு என்பதே நினைவில் இருந்தது.

பாமரன் அத்தேரிமாக்கு என்று சொல்லிக்கொண்டே வீட்டுக்குப் போனான். மனைவியைக் கண்டதும் "அத்தேரிமாக்கு செய்துதா" என்றான். அவள் அப்படி ஒரு பலகாரம் கிடையாது என்றாள். அவன் "உன் அம்மா செய்து தந்தாளே" என்றான்.

அவள் அவனது பேச்சுக்கு மறுப்புச் சொன்னாள். அவனுக்குக் கோபம் வந்தது அவளை அடித்தான். தலையில் அடித்தான். தலை வீங்கியது. அய்யோ "கொழுக்கட்டை போல் வீங்கிவிட்டது" என்றாள்.

அவன் "அதேதான் கொழுக்கட்டை தான்" என்றான். அவள் தலையில் அடித்துக் கொண்டாள். அவன் கேட்டதைச் செய்து கொடுத்தாள்.